SI WORKING NANAY AT SI HOUSE TATAY

Si Working Nanay at si House Tatay

Princess Mary V Velasquez

Si Working Nanay at si House Tatay
(Breaking the Stigma of Modern Family Dilemma)
Princess Mary V. Velasquez

ISBN: 978-621-8460-10-2

Published By:
Lolakwentosera Book Publishing
www.lolakwentosera.com

Contents

Foreword

I have a confession to make. I look down on couples na si wifey ang nagtatrabaho at si husband ay pasarap ang buhay sa bahay. Hanggang ngayon naiinis ako kapag nakakarinig ako ng kwento ng mga working moms na may asawa o partner na kunwari ay nagbabantay ng mga anak pero buong maghapon sa cellphone para mag-ML (mobile legends) or sometimes manood ng porn.

I witnessed these so-called empowered women pile on utang after utang just to make ends meet, while the men were passively watching on the sidelines, even putting all the blame on their wives or lived-in partners. Hindi na nga sinusuportahan ng ibang lalake ang mga babaeng inanakan nila, kung hindi man iwanan eh hindi papakasalan, haist! Ginagalit nyo si Lowluh (Charot!)

However, my worldview on this issue changed a bit because of WORKING NANAY, the author of this book and my pakner in crime (charot!). In over 20 years that we've known each other, sabay kaming nag-grow sa aming career, sabay kaming nabuntis, at posibleng sabay din kaming mag menopause very soon, aray ko! Working Nanay was even the one who set up my interview with the CEO of the school kaya kami naging magka-trabaho.

Ang galing lang ng Diyos kasi He makes people who cross paths intentionally or otherwise play certain roles for His purposes and glory. Kaya minsan kahit may mga taong parang naging tinik sa ating landas, pivotal pa rin sila sa ating journey for God. Ganun ang nangyari sa amin ni Working Nanay, tinik siya sa aking buhay (Charot!). Ang nangyari sa amin ay isang pagtatagpong wala kaming kamalay-malay, pero magiging konektado pala ang aming mga buhay, lalo sa panahong puso namin at kaluluwa, sa Diyos ay inalay.

"Cess, ba't hindi ka kumuha ng yaya para 2-family income kayo. Imagine, swelduhan mo ang yaya mo ng P10K a month (ALL IN), pero P50K naman ang combined income nyo. Hindi na masama, di ba? Kesa naman, meron kang P25K income tapos sayang ang pinag-aralan ng asawa mo, degree holder pa naman tapos taga hugas lang ng pwet ng bata," I used to ask Working Nanay this, nung medyo hindi pa ma-wrinkles ang pagmumukha namin. Ngingiti lang siya. End of discussion. Inside, maiinis naman ako, haha!

Looking back, narealize ko na ang bias ko against men staying home while the women are working hard, ay galing sa deepest hurt and trauma ko sa tatay kong stay-at-home. Dahil nanay ko lang ang nagtatrabaho, I resented her. Nagkaroon ako ng tinatawag na avoidant attachment. I was longing for my mother but she's gone most of the time.

To ease my pain, I hated her and grew aloof in her presence. Tapos, kahit kayod kalabaw ang nanay ko, hampas lupa pa rin kami. I grew up hearing my mom berating my father for being useless. Natanim sa utak kong, walang silbi ang tatay ko, pero sobrang love na love ko siya dahil siya ang nagluluto at nag-aalaga sa amin. Dahil dito, nagkaroon naman ako ng cognitive dissonance. Haist! Ang daming mental health issues ni Lowluh. I loved my stay-at-home dad deep within me but every fiber of my being hated him so much because of how I viewed our situation.

I wanted to scream at the top of my lungs, "DO SOMETHING! Ikaw ang lalaki, kumilos ka!" Finally, I became a victim of sexual assault of my stay-at-home dad. Ngayon, alam nyo na bakit ako bias, and it's kinda unfair to Working Nanay. I should not have compared my lived experience to hers. Iba-iba ng tadhana ang mga tao, kaya dapat may respeto.

Teka, wag muna kayong ma-trigger ha. I am not coming from a place of hate anymore with what I've shared with you. Sa aking #BALIW series mental health books, na-discuss ko ang aking kwento.

This book, though, is not about me. In the person of Working Nanay, my judgmental eyes were cleared a bit. Hindi lahat ng house husbands ay masama, minsan merong pamilya na may atypical na tadhana. Watching her dynamics with her house husband made me realize that what they have actually works. To each its own naman eh, pero hindi sila perfect.

This book is not conceived because Working Nanay has all the secret formulas. She's still navigating her way to be a better wife, mom, and a person of God, but she has a story to tell. She has lessons to share to those struggling and fighting for the same situation simply because some part of the universe doesn't understand.

Her story breaks the boundary of a traditional family. Hindi naman lahat pinagpalang magkaroon ng pamilyang merong white picket fence, where the dad goes to work five days a week, and on Sundays after church eh merong family picnic. But it doesn't mean na hindi pinagpala ang mga pamilyang lihis sa ganitong tradisyon. Sa nagbabagong panahon, may puwang ang bawat isa na magkaroon ng kakaibang istorya.

"I'm happy and blessed. Hindi ko ma-imagine ang sarili ko sa bahay. I will make a lousy house wife. I feel safe and loved na pag-uwi ko sa bahay andun ang husband ko, ready to attend to my needs and listen to my work tantrums. Our kids are all grown up, at napalaki sila ng asawa kong mababait at masisipag.

Anong mahihiling ko pa sa Diyos?" sabi ito ni Working Nanay recently. When I felt her sincere contentment. I smiled and rested my case. Hindi man nag-work ang ganitong uri ng family set-up sa buhay ko, it worked for her because she made it work. With her house husband as her partner, they made it work together. So kung dinampot mo at binabasa ang librong ito because deep within you have the same struggles, don't worry.

There is hope.

You are in the hands of an expert who has lived this life for over 20 years, and her wisdom is ripe for the picking. Working Nanay is not perfect, as all working moms do, but with God's grace, she is a work in progress and so are you.

Happy reading and enjoy learning!

Lolakwentosera

Author's Note

"Ha? Weh? Hindi nga?!!!"

Yan ang eksaktong sagot ko kay LowluhK nung una niya akong kinumbinsi na isulat ko raw ang kwento ko bilang isang Working Nanay na may House Tatay na asawa.

Sabi niya kasi, "Oy Working Nanay, ang dami sa community natin ang nagsusulat, naghihingi ng advice, naghahanap ng direction, lalo na pagdating sa relasyon at marriage. Eh parang yung setup n'yong mag-asawa, marami kang pwedeng i-share na makakatulong sa kanila."

At siyempre ako, parang, "Ha? Ako? Bakit ako? Sino ba naman ako para mag-share ng kwento ko?" Eh dahil sa excitement ni LowluhK ginawan nya na ng promotional campaign yung book ko, KAHIT DI KO PA NAISULAT. Aba'y sa gulat ko, ang daming nag-a-abang. Gusto na nga mag-pre-order.

Umiral yung impostor syndrome ko, kaya medyo hindi pa ako convince na isulat itong librong ito sa una.
"Ano ba kasi ang ku-kwento ko? Parang normal lang naman ang kwento namin ah!" at meron din akong matinding takot, baka yung peaceful na buhay pamilya namin ay ma open sa public for criticism and judgment.

Hanggang sa, one day, isang araw, BOOM! I had an epiphany. May umiiyak na workmate ko. She's on her early stage ng pagiging breadwinner sa family, kasi nawalan ng work yung asawa nya. I reached out to her, I tried to share some perspective ng pwedeng maging setup nila ng husband nya. Tapos natanong nya kung when nga daw ba lalabas yung book ko para mas ma guide ko pa daw sya at mga katulad nya.

Naku nung gabing yun, hindi ako pinatulog ng Holy Spirit. Sa prayer ko ang narinig ko na sabi ni God: "Offer your story and the lessons you got from it, and I will bless it to be like the 2 fish and the 5 loaves that will feed many souls."

So ito na nga... pagkinatok ka na ng Holy Spirit... susunod ka talaga. Tapos samahan pa ng ilang pangungulit ni Lowluh, eto na. I'm here. I'm sharing with you a little, or baka nga a big chunk of Working Nanay.

Alam mo, sa totoo lang, hindi ko rin in-expect na darating sa ganito. Na may libro akong isusulat. Na mag-o-open ako ng kwento ng pamilya ko sa napakaraming tao. Pero habang sinusulat ko 'to, na-realize ko: **Hindi lang pala ito tungkol sa amin. Baka kwento mo rin ito.**

O baka kwento ng kakilala mo. O kwento ng future mo. O kwento na hindi mo pa ganap na naiintindihan, pero ngayon ay unti-unting lumilinaw.

Ito ha, SKL (share ko lang), **alam nyo kung ano yung masakit?** Yung society na todo suporta sa mga babae breaking the glass ceiling, ay siya ring unang magtataas ng kilay at tatanungin ka: *"Huh! Househusband ang asawa mo? Really"* once malaman nila yung kakaibang setup nyo sa bahay. Grabe talaga yung society na todo rally sa gender equality, tapos sya siya ring tatawa o mangmamaliit kapag narinig nilang "House Tatay" ang partner mo. Ganun kasalimuot ang expectations ng mundo.

At dahil dito... may mga Working Nanay na napipilitang manahimik kahit pagod na pagod na. May mga House Tatay na nagtatago dahil iniisip nilang wala silang ambag. May mga anak na lumalaki sa guilt, dahil "kakaiba" raw ang pamilya nila.

Kaya naisinulat ko 'to kasi gusto kong sumigaw na, "Tama na! ENOUGH IS ENOUGH" Tama na ang pagkakahon sa amin. Tama na ang pamantayang hindi naman para sa lahat. Tama na ang beliefs na may isang tamang format lang ang masayang pamilya. (Ang puso ko kalmahin nyo.)

Oh, teka para kanino nga ba ang librong ito?

This book is for anyone who has ever felt "iba" sa kung anong sinasabi ng society na "dapat." Pero lalo na para sa mga:

1.) Working Nanays – Na araw-araw lumalaban sa career o hanapbuhay, habang punong-puno ang brain at ang puso ng "mom-guilt"

2.) House Tatays – Na piniling manatili sa tahanan para maging tagapangalaga, tagabantay, tagayakap na kahit madalas, sila ang unang hinuhusgahan ng mga taong judgerist.

3.) Mga new couples or getting engage pa lang – Na gustong maintindihan kung paano ba mag-work ang marriage kahit hindi akma sa "standard" ng society.

4.) Mga magulang, guardians, solo parents– Na gusto ng fresh perspective tungkol sa roles sa pamilya.

5.) Mga anak – na curious sa dynamics ng magulang nila

6.) At kahit sino lang – Na curious, confused, o nagha-hanap lang ng ka-relate.

Hindi lang ito libro ha. Ito ay kwento ng isang tunay na pamilya. Isang pamilya na hindi perpekto, pero buo. Isang pamilya na hindi traditional, pero totoo. Isang pamilya na binasag ang expectations ng mundo, para masundan ang calling ni Lord. **Anong laman ng librong 'to?** Ito ay collection ng mga kwento, aral, at buhos ng damdamin ng isang pamilya na hindi standard ang setup. Ito ay para sa mga nagmahal, nasaktan, nagtiis, nagmahal ulit, sa loob ng sariling tahanan. Hindi ito textbook. Hindi rin ito lecture. Isa itong masinsinang chikahan mula sa isang nanay na nagtatrabaho, may asawang nasa bahay, at mga anak na mahal ng parehong magulang.

Ang goal ko? Hindi para sabihing ito ang "tamang" set-up. Ang goal ko ay magbukas ng panibagong lense. Na kapag may nakita kang tatay na nasa bahay, hindi mo agad iisipin na tamad. Na kapag may nanay kang nasa corporate, hindi mo agad husgahan na pabaya. Na matutunan nating lahat ng role sa pamilya ay may halaga, kahit gaano pa ito ka-tradisyonal o ka-kakaiba.

Kung isa ka sa amin, Uy welcome home. Kung curious ka pa lang, welcome din. Welcome sa mundo ng Working Nanay at House Tatay.

My simple prayer is that when you close this book, you'll open your heart more. To your spouse. To your children. To your own story. At kung ikaw man ay nasa parehong setup namin, nawa'y tumibay ang paninindigan mong hindi kailangang sumunod sa lahat ng nakasanayan, basta't alam mong kasama mo si Lord sa journey ninyo.

Disclaimer ha - this is not a story of a perfect family. This is a story of real love, real sacrifice, real faith. And this story is for you; is for us; is for the families brave enough to be different.

Hindi pa rin ako makapaniwala na here I am sharing you, our story. Kaya from "Weh? Hindi nga?" ang invitation ko sa'nyo ngayon ay **"This is pancit! Walang halong char at echos, let's dive to our story!"**

1

Si Prince Charming sa Aking Panaginip

Hulaan ko, malamang sa malamang, ang buhay n'yo ngayon ay medyo hawig sa buhay ng inyong mga magulang, and if not, baka sobrang layo ng sa setup na kinalakihan nyo. Tama po ba? Either, you aspired to have a family like the one you grew up with, or your family was not an ideal one to look upon, kaya ipinangako mong magiging iba ang sayo.

Sabi nga nila, "The apple doesn't fall far from the tree." At totoo 'yan sa maraming aspeto ng buhay, lalo na pagdating sa pamilya. Kadalasan, ginagaya natin, consciously or unconsciously, yung dynamics, values, at habits na kinalakihan natin. Whether we admit it or not, our childhood experiences play a huge role sa kung paano natin hinuhubog ang sarili nating pamilya. Minsan, kahit ayaw natin aminin, nagiging kamukha natin yung magulang natin sa paraan ng pagdidisiplina, pakikitungo, at pag-prioritize. Kasi 'yun ang unang blueprint na nakita natin. Nature and nurture talaga. Naka-embed sa sistema natin, parang 'default setting' na mahirap baguhin kung 'di mo talaga gugustuhin. Pero minsan, may mga apple na hindi lang basta nahulog, may sumalo pa, tapos hinagis palayo! Ayun, tiyak na malayo ang nilaglagan sa puno.

Pero bago kayo maki-chika (maki-Maritess) sa buhay ni *Working Nanay,* hayaan niyo muna akong dumaldal tungkol sa pinagmulan kong "puno at ugat." Sa kaso ko, bukod sa hindi nasalo ang apple na sana'y malapit lang sa puno, eh mukhang nadagit pa ng agila at dinala sa ibang direksyon! Kaya ayun, medyo malayo ang naging bunga at ang naging resulta ay ang buhay ngayon ni Working Nanay.

Speaking of bunga, ako po ang unang resulta ng pagmamahalan (o paglalandian, depende sa mood) ng aking Mama at Papa. At kung sino at nasaan ako ngayon, e sila ang aking pinagpapasalamat... at konting sinisisi. Char lang!

Kung may mga "influencers" tayo ngayon, noon, ang Mama at Papa ko ang aking mga "lodi." Huwarang ama at ina para sa akin. Role models in every sense of the word.

Growing up, watching how they raised me and my siblings, I told myself: "*I want a family just like this.*" I dreamed of having a husband like my father, yung strong, responsible, and dependable. At ako naman, gusto kong maging katulad ng nanay ko, maalaga, masipag, at punong-puno ng pagmamahal sa pamilya.

My ideal family setup? Sympre, yung gaya ng kinalakihan ko.

Si Papa? Naku, siya ang "hari ng tahanan", at hindi lang basta hari, kundi parang hari ng action movie kapag seryoso ang mukha! Bawal basta-basta istorbohin, bawal kumaluskos, at bawal ang maingay sa paligid niya. Hush! Kaya nga favorite line ni Mama noon: "Makuha ka sa tingin ng Papa mo!" At totoo naman, isang sulyap lang ni Papa, para ka nang kinuryente sa takot. Siya ang tiga-disiplina sa bahay. Pero kahit nakakatakot minsan, alam na alam naming mahal na mahal kami ni Papa.

Siya rin ang dakilang provider sa family namin. He event went abroad para mabigyan kami ng mas magandang buhay. Nagtrabaho siya as an auto mechanic sa isang malaking car manufacturing company sa Saudi. Malayo sa pamilya, malayo sa comfort, pero tiniis niya para sa amin. Para sa amin, kinaya niya lahat. Solid talaga si Papa. We learned about his hardships abroad through letters na pinapadala niya kay Mama. At syempre, may dagdag guilt-trip si Mama sa bawat basa ng sulat: *"Mag-aral kayong mabuti, kasi hindi n'yo alam ang hirap ng Papa n'yo sa Saudi para lang may pangbaon at pang-tuition kayo. Umayos kayo ha!"*

Kaya saludo talaga kami kay Papa.

On the other hand, si Mama naman, ay naku, ibang klase. Kung si Papa, tahimik, si Mama naman parang may built-in loudspeaker sa bunganga nya hahaha. I, personally found a best-friend naman in Mama, yung natural na pagiging jolly nya at supportive, those were her gems. Pero as usual, may quota siya sa *ra-ta-tat-tat* na pagbubunganga, lalo na pag delayed ang padala ni Papa. Pero kahit madaldal siya, mabait at madaling mahalin si Mama. Hindi lang siya nanay, siya rin ang comfort zone ko. People naturally liked her. *Maasikaso. Maalaga. Mapagmahal.* Her love language was clearly **Acts of Service**.

Hindi man siya madalas mag-'I love you,' pero ramdam mo sa luto niya, sa plantsa ng damit mo, sa pag-aalaga sa'yo pag may sakit ka, hindi na kaylangan pang sabihin dahil ramdam na ramdam mo na. Usually, may tension between mothers and daughters lalo na pag teen years na. Pero never kong naisip na magrebelde o gusto kong umalis sa bahay. Bakit? Kasi punong-puno ng pagmamahal ang environment sa bahay namin. I felt safe, valued, and seen.

Kaya naman, I told myself, *"Pag nagka-pamilya ako, gusto ko katulad ako ni Mama."* Full-time housewife, laging present para sa mga anak, tutok sa bahay, at handang magsakripisyo para sa pamilya. At sympre dapat yung asawa ko, parang katulad ni Papa ko, someone who will protect and provide for us.

Pero syempre, hindi naman perfect ang Mama at Papa ko. Alam ko rin 'yon. Alam kong sa likod ng mga ngiti at tagumpay nila, may mga pagsubok din silang pinagdaanan. Pero marunong lang silang magdala. Sa paningin ng mga anak nila, para silang power couple. Parang fairytale ang childhood ko.

Kaya naman, it's no surprise that I painted a similar story in my head. Nagpantasya ako ng sariling **Prince Charming**, isang lalaking katulad ng tatay ko. Matapang, responsable, may direksyon sa buhay.

At ako? Ako ang magiging *princess* na susuporta at magmamahal sa kanya at sa aming magiging mga anak. Simple lang ang fairytale na gusto ko sa buhay. A good man, a happy home, and a devoted wife and mother.

Pero syempre, tanong ng bayan: **"Nagkatotoo ba ang fairytale ko?"**

Hmm... well, depende kung anong genre ang gusto mo: Comedy? May mga LOL moments for sure.

Drama? Marami ring luha, 'teh. Romance? Ay always kilig, kahit papano. Twist? Ay meron! At hindi lang isa. Ang masasabi ko lang: Hindi naging eksakto ang pangarap kong fairytale. Pero minsan, kahit hindi pang fairytale ang kwento, mas exciting ang plot. Minsan, mas maraming lesson, mas maraming growth. Kaya tara na, basa pa more. Tuloy natin ang kwento ni Working Nanay. At sana, kahit papano, may mapulot kang aral, tawa, o luha.

Ang susunod na kabanata? "**Akala Ko Ako si Prince Charming.**" O diba, may *plot twist* agad?

2

Akala Ko Ako si 'Prince Charming'

(How my tomboyish ways shaped my "one and only" mindset)

"No boyfriend since birth?"
"Hindi ka pa nagka-crush kahit isa?"
"Naku, baka tomboy 'yan!"

Ilang beses ko na bang narinig 'yan nung late teen years ko? Hay naku, di na mabilang! Nung high school ako, kung may Top 10 sa *Most Likely to Get a Boyfriend,* sure akong hindi ako kasali. Ang mga kababaihan noong kabataan ko, aba'y bago pa mauso ang "Kilay is life," ang uso sa kanila ay "Lips goals!", kasi nga naman, kapupula ng labi kahit walang okasyon. May lipstick na kahit di pa marunong mag solve ng mga polynomials sa Math. Well, bukod sa lipstick meron pang face powder, cologne, name it, nasa pouch nila! Samantalang ako? Ang beauty regimen ko: ligo, suot ng uniform, suklay konti, tapos alis na ng bahay. No fuss, no frills. Kung may "Kilay is life" sila, ako naman "Wapakels sa life." (wapakels =

walang paki-alam) Basta makaabot lang sa school nang hindi late, gora na! Gandang natural lang ang peg!

Wala talaga akong pake sa porma. Basta maayos ang suot, tapos comfortable, solve na ako. My usual outfit? Oversized na T-shirt ni Papa, pants na straight cut (minsan nga panglalaki pa), at sneakers. Bonus na kung may headband ako, para kunwari may ka-effortan.

Hindi ko pa alam noon, pero na-set na pala ng ganitong lifestyle ang mindset ko, na hindi ako para sa pa-cutean, pa-kilig-kilig, or pabebe love stories. Sa isip ko, pag nagka-boyfriend ako, dapat siya na agad. Ayoko nang 'trial and error'. Galing 'yang belief na yan Kay Mama (at Kay Papa). Hindi ko rin naman kasi pwede isisi lang sa sarili kong pananaw. I grew up in a family where my Papa was the one and only love ni Mama, and they made it look like that was the ultimate love story.

Si Mama, first and only boyfriend si Papa. Tapos ayun, kasal agad. Si Papa naman, hindi man expressive sa words, todo sa gawa. Nag-OFW, nagsakripisyo, nagtitiis ng homesickness, lahat para sa pamilya. Sobrang strong ng image ng love na 'yun sa utak ko. Parang yun yung "tamang formula." So habang yung iba, ang goal ay #CollectAndSelect, ako ay team #IsaLangPlease. Hindi dahil conservative ako or takot sa love, but because I believed that love is too sacred to give to just anyone.

Hindi ko intensyon magpaka-boyish, pero doon ako naging at home. Doon ako naging ako. And because of that, medyo late ko rin na-realize na *gusto ko rin pala ng kilig*. Gusto ko rin pala maging soft minsan. Gusto ko rin ng someone who will treat me like a girl, not as "one of the boys."

Kahit ganun ang panlabas ko, sa loob-loob ko may naka-set nang rule:"Ayoko ng trial. Ayoko ng larong pag-ibig. Pag pumasok ako sa relasyon, dapat sigurado." Hindi ko alam kung galing 'to sa pagiging idealistic ko, o dahil gusto ko lang iwasan ang sakit. Pero malinaw sa akin: *"Unang lalaki na magiging boyfriend ko, siya na ang magiging asawa ko."* Medyo mabigat for a teenager, pero sa akin, it made sense. I wasn't emotionally built for breakups. So I'd rather wait and save all the love, energy, and kilig para sa "the one."

Importante rin siguro na ilatag ko ito. That being tomboyish doesn't mean you're not in touch with your emotions. Actually, it made me more protective of my heart. Hindi ako takot magmahal, pero takot akong masayang ang effort. So habang ang iba ay may prom dates, valentines suitors, at sweet sixteen na may love letter, ako? Busy magbasa ng pocketbook at magkulong sa bahay. No drama, no heartbreaks. Pero may quiet hope sa puso.

Bakit nga ba naging ganito ang perspective ko about love? Looking back, here are the experiences and observations of what shaped my "first and only" mindset:

1. **Na-idolize ko ang love story ng parents ko.**
   Parang fairy tale para sa akin noon ang lovestory nila Mama at Papa. Sila 'yung tipong "una mong boyfriend, siya na ang mapapangasawa mo." Kaya growing up, akala ko ganun dapat at dapat sundan, dapat gayahin, kasi 'yun ang "tamang formula" ng love. At dahil malapit ako kay Mama, malakas talaga ang influence niya sa pananaw ko sa pag-ibig. Lagi

niyang sinasabi sa amin kung gaano kahalaga ang loyalty, commitment, at 'yung tipong hindi ka nagpapalit ng partner na parang cellphone. Kaya ang thinking ko noon, once na may minahal ka, dapat forever na. One-time, big-time, walang bawian. Hindi ko naisip na may iba-ibang versions pala ng love story. Na hindi porket hindi kasing smooth ng kay Mama at Papa, ay mali na agad o kulang. Pero sa totoo lang, dahil sa sobrang paghanga ko sa love story nila, 'yun ang naging basehan ko kung ano ang "ideal" at kung minsan, 'yun din ang pressure.

2. **Takot ako sa heartbreak.**

As in sobra. Hindi 'yung pa-cute na "ouch, nasaktan ako," kundi 'yung legit na emotional devastation na tipong baka hindi ko kayanin pag nangyari sa akin. Siguro dahil sensitive akong tao, or dahil nga idealistic ako pagdating sa love, iniisip ko na kapag nasaktan ako, baka masira buong emotional foundation ko. Parang mas okay pa na umiwas na lang kaysa sumubok at masaktan ng wala sa oras. Kaya ang mindset ko noon: maghintay na lang sa tamang tao. Yung hindi ako kailangan suyuin araw-araw para lang manatili. Yung kahit may tampuhan, hindi agad susuko. Hindi ako takot magmahal, pero takot akong mag-invest ng puso sa isang taong hindi sigurado, o mabilis umatras pag may konting gulo. Gusto ko, kung masasaktan man ako sa relationship, 'yun na 'yung klase ng sakit na worth fighting for. Yung tipong may hugot, pero may dahilan. May struggle, pero may commitment. Ayoko nung pain na iiwan ka lang din pala sa ere. Gusto ko, kung masasaktan ako, kasama sa laban. Hindi lang ako ang nakikipaglaban mag-isa.

3. **May mindset akong "love is sacred."**
Para sa akin, hindi ito laro, hindi ito trend, at lalong hindi ito pa-cute. Ewan ko ba, pero noong panahon namin, hindi ko alam kung meron na bang hookup culture noon o sadyang naïve lang talaga ako sa mga ganap sa paligid. Kasi ngayon, as of this writing, ang dami kong naririnig na kwento na parang trophy pa 'yung pataasan ng "body count" (term daw ng mga Gen Z para sa dami ng naging sexual partners nila). Pero ako, naniniwala pa rin ako na ang tunay na pagmamahal ay hindi sinusukat sa dami, kundi sa lalim.

4. **Wala akong training sa flirting.**
As in zero. Walang kaide-idea. Hindi ako marunong magpa-cute o magpakilig. 'Yung iba, may mga natural at effortless charm. While ako, 'pag may nagsabi ng "Hi," ang sagot ko, "Bakit po?" Hindi dahil suplada ako ha, kundi dahil hindi ako sanay. Wala kasi talaga akong exposure sa mga "harutan" at ligawan-ligawan. I found my safe space sa bahay namin. Yun ang comfort zone ko. Ang routine ko noon ay school–bahay–school–bahay lang. Wala akong love life, pero kabisado ko ang schedule ng jeep at tricycle sa amin. At dahil wala rin akong kaibigan na maharot, wala rin akong 'wingwoman' para turuan ako. Kaya nung dumating yung time na may gusto sa akin, naku, parang bug sa system! Nagka-error ako. Hindi ko alam kung paano mag-react o ano dapat gawin. Literal na flirting disabled.

Hanggang sa dumating siya... pero kwento yan sa next chapter. The first and only guy I said 'yes' to. The one who saw beyond the oversized shirts and the awkward silences. The one who made me feel like a girl, without forcing me to change who I was.

Siya yung nagpabago sa paniniwala ko na hindi kailangan maging "princess" para mahalin ng totoo. Hindi mo kailangan magpabebe o magpa-ganda palagi para mapansin. Basta totoo ka, darating at darating ang taong makakakita sa'yo. Kahit pa medyo astig ang dating mo.

Ikaw ba? May ganito ka rin bang mindset dati? Yung tipo bang "isa lang dapat" or "ayoko ng ligawan, gusto ko seryoso agad"? O baka ikaw yung tipong chill lang, go with the flow? Walang masama sa kahit anong path, ang mahalaga, natututo tayo habang naglalakbay. Kaya tara, sa susunod na kabanata, kwento ko kung paano ako naging Working Student bago naging Working Nanay. Saan nga ba ako unang na-in love, sa work, o sa kanya? Ayiii!!!

3

Working Student Before Working Nanay

"Hindi! Huwag mong ituloy 'yang application mo bilang working student, ha! Igagapang ko ang pag-aaral niyo!"

Grabe objection noon ni Papa, when I asked for his permission na mag apply mag-apply bilang student assistant sa school, at ayun, biglang may drama agad sa linya. Overseas call lang yun. Wala pa kasing video call at internet noong time na yon kaya boses lang ni Papa ang naririnig ko. Napatingin si Mama sa akin pagkatapos ng tawag, natakot ako kasi tahimik lang siya, pero halata sa mga mata niya na may concern din. Nung kinausap ako ni Mama pagkatapos, doon ko nalaman ang totoo. Ayaw ni Papa na pagsabayin ko ang pag-aaral at trabaho kasi baka raw mawalan ako ng gana mag-aral. Baka raw mas ma-prioritize ko ang kikitain ko kaysa sa pag-attain ng diploma.

Ang backstory kasi, noong elementary at high school ako, sa public school ako nag-aral. Pero pagdating ng college, sabi ko gusto ko ng IT course, Computer Science! Kaya naghahanap kami ng magandang school, at ayun, doon na nagsimula ang love story namin ni... STI College. (Kala mo kung sino no?). At dahil ako ang panganay at unang magka-college sa pamilya, kahit private school 'yan, nag-yes si Papa.

Hindi ko alam noon kung gaano kabigat 'yung pinapasan nila Mama at Papa financially. Ang galing nila magdala, hindi mo iisiping may pinagdadaanan sila. Kaya nga "lodi" ko talaga sila. Imagine mo, simpleng mekaniko si Papa, OFW sa Saudi. Kahit sabihin mong abroad, hindi naman ganun kalaki ang kita doon. Eh kung oo, sana may hacienda na kami ngayon, 'di ba? Pero kahit sa simpleng hanapbuhay, napag-aral nila kaming apat na magkakapatid. Kaya siguro, kahit hindi nila hinihingi, gusto ko rin sanang makatulong kahit papaano.

Kaya nung nagbukas ng Student Assistant position sa school ko sa STI, determinado talaga akong mag-apply. Sabi ko sa sarili ko: Kaya ko 'to. Kayang-kaya kong pagsabayin ang pag-aaral at trabaho. Nagbigay ako ng assurance kay Mama at Papa, pinangatawanan ko rin. Ngayon habang sinusulat ko itong bahagi ng libro, napaisip ako ulit: "Ano nga ba talaga ang pinaka-matinding dahilan kung bakit gusto kong maging working student noon?" Kasi kung tutuusin, hindi naman kailangan pa, nakakaya naman ni Papa ang tuition ko, kahit private.

At doon ko na-realize ang tunay na dahilan... gusto ko lang talaga ng pambili ng chichirya. Yes, babaw di ba? Pero 'yun talaga ang una kong motivation. Gusto ko lang may pambili ako ng snacks, para hindi ako palaging umaasa sa baon o kay Mama pag may gusto ako. Pero eventually, habang tumatagal ako sa role bilang student assistant, lumalim din ang dahilan ko. Gusto ko rin talagang makatulong kina Mama at Papa. Kahit hindi nila ipinaparamdam na gipit sila, alam ko sa puso ko na hindi madaling bumuhay ng pamilya. Lalo pa't apat kaming sabay-sabay nilang iniintindi.

At isa pa, gusto ko ring matuto ng "life skills." Yung tipong natututunan mo lang kapag nagta-trabaho ka: disiplina sa oras, pakikitungo sa ibang tao, sense of responsibility, at iba pa. Yung simpleng pag-commute mag-isa, pakikipag-coordinate sa mga school offices, paggawa ng reports. Lahat 'yan naging parte ng learning ko outside the classroom. Kaya nung dumating ang pagkakataon, hindi ko na pinalampas. I grabbed it, not just for snacks, but for growth.

At looking back now, sobrang thankful ako. Dahil kahit chichirya lang ang simula ng lahat, naging gateway ito sa mas malalim na appreciation ko sa pagsisikap ng mga magulang ko, at sa kakayahan ko bilang anak na tumayo sa sarili kong paa.

Sakto naman talaga, may opening sa Library ng school para sa student assistants. Nakalagay sa bulletin board: *"May allowance na, may free tuition pa!"* Yes! May pang-Jollibee na ako! At siyempre, bonus na 'yung hindi na problema ang tuition fee. Pero ang hindi ko pa alam noon, yung mas malaking bonus, yung mga lessons na hindi tinuturo sa classroom.

Grabe ang adjustment nung nagsimula ako. Hindi siya madali. Hindi porket estudyante ka sa school, exempted ka na sa expectations sa trabaho. I was treated like any regular staff, professionalism required.

At dahil bagito ako, marami akong epic fail moments:

- May araw na hindi ako nagpaalam ng maayos, tapos absent ako. Ayun, AWOL.

- May isang buong cutoff, halos wala akong natanggap na allowance—deductions left and right dahil sa tardiness.

- May payslip pa akong may kasamang WARNING NOTE. Para akong pasang-awa.

- Worst of all, one time, pinatawag ako sa office ng CEO. Yes, CEO! May client daw na nagreklamo tungkol sa akin.

Grabe, para akong binuhusan ng malamig na tubig. Hindi lahat napapatawag ng CEO, ha, pero ako, *student assistant pa lang,* VIP summon agad! Akala ko tanggal na ako noon. Pero surprisingly, binigyan ako ng second chance.

Ayun, nagbago ako. Dahan-dahan akong natutong maging maayos sa trabaho. Mas naging aware ako sa responsibility ko. Mas naging disiplinado ako sa oras. I embraced the process and growth followed.

Hindi ko naman sinasabi na ang tapang ko all throughout. Maraming beses na umiiyak ako pag-uwi. Minsan, nadadala ko pa ang stress sa bahay. Sinasabihan ako ni Mama, *"Tigilan mo na 'yang trabaho na 'yan. Mag-focus ka na lang sa pag-aaral. Sayang lang 'yang pagod mo."* Pero iba 'yung feeling kapag alam mong may natututunan ka, kahit masakit. Ibang klaseng growth 'yung dala ng work experience. Nakaka-proud din na may sarili kang kinikita, even if maliit lan, at na-e-experience mo na yung tunay na buhay.

Beyond sa allowance at free tuition, what I gained was so much more:

– I learned discipline and time management
– I experienced accountability and correction
– I developed professional behavior
– I learned to accept failure and bounce back

Yung student assistant days ko ang naging training ground ko sa pagiging Working Nanay. At that time, hindi ko pa alam, pero piniprepare na pala ako sa mas mabigat na roles sa buhay.

Pagka-graduate ko, dahil na rin sa dedikasyon ko (at sa chance na binigay sa akin), agad akong na-hire as an employee sa school. From being a student assistant, naging office staff ako.

At hindi lang basta staff, pinadala ako sa iba't ibang departments:
– Na-assign ako sa Records
– Lumipat ako sa Cashiering
– At ang pinakawild: naging Executive Assistant ako ng CEO, yes, 'yung CEO na nagpatawag sa akin dati!

Major plot twist 'di ba? Mula sa pinagalitan... naging assistant niya. Parang pelikula lang. Pero sa totoong buhay, ganito talaga. Minsan sa mga failures mo, doon din mag-uugat ng success mo. Kaya kahit sobrang against si Papa noong una, I think nakita rin niya ang bunga ng pagsisikap ko. Hindi lang ako natutong mag-budget at maging independent, natuto rin akong tumayo kahit ilang beses akong nadapa.

And when I became a Working Nanay later in life, lahat ng napulot ko from being a working student helped me survive. Kaya nga minsan, hindi mo agad makikita ang "meaning" sa mga ginagawa mo. Pero later on, pag tinignan mo pabalik, mapapaisip ka: *"Ah... kaya pala. Kaya pala ko pinagdaanan 'yon."*

Oh ikaw naman, may experience ka rin bang naging working student? O baka anak mo ngayon ang gusto ring pumasok sa ganyang setup? Hindi madali, pero ang daming pwedeng matutunan.

Sabi nga nila, *"Experience is the best teacher, lalo na 'pag may payslip at deductions!"*

Tara punta na tayo sa next chapter. From academic deadlines to baby bottles, paano nga ba napalitan ng diaper bag ang aking school bag?

Let's continue the story.

4

College Thesis na Naging "Baby" Thesis

"Ayoko sa sobrang maginoo... dahil baka ako ay mabato. Ang tipo kong lalake... maginoo pero medyo bastos."
— DJ Alvaro

(Go Google, mga 'bagets')

Naku, swak na swak talaga ang kantang 'yan sa naging standards ko sa paghahanap ng "Prince Charming." At dumating nga siya. Tall? Check! Dark? Check! Handsome? Check na check! Siya yung may "bad boy" aura pero may "good boy" vibes din. Nakakatawa, palakaibigan, pero protective. I knew in my heart, siya na 'yung The One.

During this time, pinagsasabay ko nga kasi ang pagiging full-time employee at ang pagpapatuloy ng college degree ko. Office staff sa umaga, estudyante sa gabi. Kaya naman, kailangan kong mag-adjust pati sa panlabas kong anyo. Naka graduate na ako kasi ng 2-year IT program ko noon sa STI. They hired me after graduation as office staff. Eh since hindi na ako student need ko na mag suot ng mga outfit na papasa sa pang office. Naalala ko yung working girl na mga tita ko, so medyo alam ko na yung mga pormahan ng mga office girls. Kaya from tomboyish pambahay outfits, unti-unti akong nag-shift sa "working girl" look. Blouse, slacks, skirt, at konting heels, plus face powder at kaunting lipstick.

At dahil sa bagong ayos ko, doon nagsimulang mapansin ako ng mga boys. Hala? Babae ka pala?!!! Huy!!!! May mga nagtangkang manligaw (ahem ahem, partida yan, simple pa lang ang pormahan ko nyan hahaha, magbuhat ba ng sariling bangko? Hehehehe) Pero wala akong na-feel na "spark" sa mga nanliligaw. Wala sa kanilang nag-click sa puso ko. Hanggang sa dumating siya.

After graduation ko ng 2-year program ko, nag enroll pa ako ng another 2 years para sa Bachelors Degree ko. Laderrized program kasi yung Computer Science noon. Since yung branch namin ay hindi pa nag -o-offer that time ng 4-year course kaya napilitan ako mag enroll sa ibang branch. At doon ko sya nakilala. Classmate ko sya simula 3rd year college. Evening class kami at karamihan ay tulad ko na working students din. Dahil konti na lang kaming natira sa batch, parang barkadahan na ang buong section.

Doon nagsimula ang friendship namin. Walang pressure, walang bola. Hanggang sa isang araw, bigla siyang nagtanong: "Pwede ba akong manligaw?"**Ayiiiii!!!** Kinilig ang buto ko! Pero wait lang, kailangan muna niyang dumaan sa screening process. Dapat pasado sya kay Mama.

Trainings ni Mama 'yan: "Ang nanliligaw, umaakyat ng bahay. Hindi 'yung akyat-bahay ha na akala mo magnanakaw! Dapat magalang, hindi 'yung kung saan-saan lang sa daan nililigawan."

So after ng unang date namin, lunch date lang sa megamall, sinabi ko agad sa kanya, "Hatid mo ako sa bahay, para makilala ka na ni Mama."

At halos matunaw siya sa kaba. Kinabahan talaga siya, as in nanginginig daw ang tuhod habang nasa labas ng gate namin. Yung kulay nya from dark parang namutla hahahaha.

Dahil OFW si Papa, si Mama lang ang naabutan niyang magulang nung unang akyat-ligaw niya. At eto pa, unang banat ni Mama sa kanya:"Ay, mukha ka palang Bombay!" Hala! Napaatras ang future jowa ko. Wala naman siyang dalang payong, pero dahil sa kulay niya, ayun, tinawag siyang Bombay. Mapang-asar talaga si Mama. Pero after some kulitan and serious talking, approve siya kay Mama. Kaya hindi ko na pinatagal. Nag-yes na agad ako. Boom! May boyfriend na ako!

As I've mentioned earlier, pareho kaming working student, pero mas nauna siyang grumaduate sa akin dahil may naiwan pa akong subject, Thesis na lang ang kulang ko para makuha ang diploma. Buti na lang supportive siya. Kahit may trabaho siya, he made time to help me. Minsan, taga-luto lang siya ng pancit canton habang ako'y nagsusulat. Taga-xerox ng draft. Taga-supply ng moral support. Ang sweet, 'di ba? Too sweet. Kasi 'yung Thesis ko sa school... nauwi sa "Baby Thesis." Yes, nabuntis ako.

"Ma, I'm sorry, Ma..." - ang classic line ni Toni G sa *Four Sisters and a Wedding*? Nagamit ko na 'yan bago pa pumatok sa sine.

"Ma, I'm sorry Ma..." yun na lang ang nasabi ko habang humahagulgol, nang sabihin ko kay Mama na buntis ako. Tahimik siya. Walang sigaw. Walang mura. Pero nang niyakap niya ako habang umiiyak... doon ko naramdaman ang bigat ng pagmamahal niya.

Kay Papa? Mas mahirap. Kasi nasa abroad siya. Hindi ko talaga alam kung paano magsisimula. Wala akong practice, walang script, walang kahit ano. Basta nung inabot sa akin ni Mama yung telepono, para akong nanigas. Hindi ako makasalita. Iyak lang ako nang iyak.

Imagine this: ako yung anak na nangakong "Papa, 'pag naka-graduate na ako, patitigilin na kita sa pag-a-abroad." Mayabang pa ako noon. Ang lakas ng loob ko, feeling ko kaya ko nang buhayin ang pamilya namin, kaya ko nang pag-aralin ang mga kapatid ko. Ambisyosa, oo, pero galing naman sa mabuting intensyon. Buti na lang hindi man sineryoso ni Papa yung pangako kong 'yon, pero alam ko deep inside natuwa siya just hearing it from me. Kasi 'yun nga eh, panganay na babae, unang makaka-graduate ng college sa pamilya, alam kong proud sya, tapos... biglang... *"Pa, buntis po ako."*

Feeling ko sumabog ang lungkot ni Papa. Feeling nya parang may granada sa linya ng telepono.

Pakiramdam ko, literal na gumuho ang mundo ng Papa ko sa tawag na 'yon. Hindi ko nga nasabi ng diretso. Si Mama na 'yung nag-explain habang ako, umiiyak lang sa gilid. Hindi ako makaharap. Kahit boses lang sa telepono, hindi ko pa rin kayanin. Tapos nung inabot ulit sa akin ni Mama yung phone, ang expectation ko

, "Ito na... gugulantangin na ako ni Papa. Buhawi level. Sasabog ang bulkan." Inaantay ko na yung *"Anong ginawa mo?! Bakit ka nagpabaya?!"* Yung tipong *gusto mo na lang lamunin ka na ng langit at lupa.*

Pero alam mo kung ano ang sinabi niya? 'Wag ka nang umiyak. Patulong ka kay Mama kung anong kailangan mo sa pagbubuntis mo." At doon na talaga ako bumigay. Sobrang luwag sa dibdib. Hindi ko in-expect 'yon. Yung galit na akala kong sasalubong sa akin, napalitan ng yakap, kahit telepono lang ang pagitan. Hindi ko alam kung dahil nasaktan siya, o dahil pinipili niyang maging ama muna, bago maging galit na magulang. Pero isa lang ang malinaw sa akin: minahal pa rin niya ako, kahit palpak ako.

At mula sa puntong 'yon, lalo kong na-realize ang bigat at lalim ng pagiging isang magulang at ang definition ng tunay na pag-unawa. Mas lalo akong napahagulgol. Ang bigat ng hiya, pero ang gaan ng loob, kasi tinanggap pa rin nila ako. Alam ko nagtampo sila. Alam kong nasaktan sila. Pero never nila ako pinaramdam na wala akong kwenta. Hanggang ngayon, hiyang-hiya pa rin kami ng asawa ko sa mga magulang namin. Pero never nawala yung pagmamahal at suporta nila. Pinili pa rin nila kaming yakapin, kahit mali ang naging simula namin.

Hindi ko sinasabing gayahin kami. Let me make this clear. Hindi ko ine-encourage ang mga "maharot" na mag-jowa na agad bumuo ng pamilya. Hindi ito love story na fairy tale ang ending. This is a real story, full of mistakes, consequences, and growth. Ang gusto ko lang sabihin, kapag nadapa ka, tumayo ka. Kapag nagkamali, umamin. At kapag nasaktan mo ang magulang mo, matuto kang humingi ng tawad at bumawi. Iba pa rin ang paninindigan. At masarap sa pakiramdam 'pag alam mong kahit may mali kang nagawa, may pagkakataon ka pa ring itama ito.

Now that I look back, I realize it wasn't just the pregnancy that started to change and mold me. It was the humility to admit, and the courage to move forward. Yung mga luha ko noon, naging tubig na nagdilig sa pagiging "Working Nanay" ko ngayon. At yung Thesis na pinilit ko tapusin noon, napalitan ng mas malalim na "thesis" sa buhay, paano maging magulang, habang tinatama ang mga desisyong mali ang simula. Naka-graduate ako ng Bachelors Degree ko, at tuwing pinapakita ko yung graduation picture ko, sinasabi ko sa panganay kong anak, kasama kita dyan sa picture (nasa tyan ko na kasi sya noon).

"Itigil ang Sosyal na Kasal—Dun Tayo sa Kasalang Bayan!" Meet House Tatay! Paano nga ba kami napunta sa kasalang walang bridal car, walang wedding gown, at walang karangyaan, pero punong-puno ng tunay na pagmamahalan? - Wow, may ganon? Tara, samahan niyo akong ikwento kung paano nagsimula ang buhay mag-asawa. Hindi sa altar ng mamahaling simbahan, kundi sa simpleng seremonyang saksi ang barangay. Dito niyo makikilala si House Tatay, ang aking partner in crime, partner sa buhay, at partner sa paglaban sa lahat ng chismis.

5

"Itigil ang Sosyal na Kasal, Dun Tayo sa Kasalang

Nangarap ka rin ba ng super bonggacious na wedding? Yung tipong ang daming flowers, may fireworks, tapos may lechon sa bawat mesa? Yung tinalo pa ang fiesta sa barangay?

Apir tayo! Ako rin! Nung nagka-jowa na ako at naramdaman kong siya na nga ang "The One," sinimulan ko nang i-fantasize ang dream wedding ko. *Hala sya, jowa pa lang kasal na nasa utak!* Kung na missed out mo yung chapter kung bakit ganito ang mindset ko, backread ka lang sa mga previous chapters ha. So ayun nga, 'dream wedding' yung tipong may bridal car, long train na veil, elegant gown, matching entourage gowns, at sympre, emotional walk down the aisle habang tumutugtog ang "From This Moment."

Well... technically, natupad nga yung pangarap kong buong barangay ang maki-celebrate sa kasal namin. Pero paano? Simple lang, "KASALANG BAYAN" kasi ang ending namin. More than 20 couples ang kasabay namin mag-"I Do." Sa halip na solemn vows na may tahimik na iyakan, ang peg ay "sabayang bigkas ng pangako ng pag-ibig habang may mikropono sa gitna." Hindi ito ang wedding na pinangarap ko... pero this is a blessed wedding. A perfect event to start our married life

.

Yes, *Kasalang Bayan* man 'yan, it was perfect, not because of the venue, the flowers, or the number of guests, but because I was promising forever to my perfect man.

At eto na siya... introducing... "PADIR." Noong nagkapamilya na kami, hindi na lang basta "Papa" ang tawag ko sa kanya. Ang naging official codename niya: Padir , short for "Papa Dear" pero may double meaning din... kasi siya rin ang pader ng tahanan. Matatag. Maaasahan.

Tahimik pero laging andiyan. Minsan nga, literal na siyang sandalan ko 'pag pagod na pagod na ako sa pagiging Working Nanay, as in, pasubsob sa balikat niya habang nagre-reklamo sa traffic, trabaho, at buhay. Terms of endearment din namin 'yan. Ako si Madir, siya si Padir. Team kami. Kaya nga halos mabuga ko yung kape na nasa bibig ko nung one-time biglang si Lowluh, very casually, tinawag siyang "Padir" din.

"Ask mo nga si Padir kung anong shortcut papunta sa Quezon City Memorial..."

Wait lang ha! Lowluh, friend kita, pero boundary naman! Para mo na ring tinawag na "Honey" o "Babe" ang asawa ko!

Tawanan na lang kami pero deep inside, naisip ko, okay, okay... para hindi na magulo ang identity sa librong ito, let's call him by his official title here: HOUSE TATAY.

Ulit, from the top. Introducing... HOUSE TATAY. Ang haligi ng aming tahanan. Ang perfect partner ko sa buhay. Ang certified taga-alaga, taga-gawa ng baon, taga-salo ng tantrums, at taga-pagtimpla ng gatas at minsan, ng damdamin ko rin.

Sino nga ba si House Tatay? Para mas maintindihan n'yo kung bakit ko siya tinawag na perfect partner, hayaan n'yong ipakilala ko siya in my own words. Like me, panganay din siya sa kanilang pamilya. Pero kung ako ay lumaki sa isang buo at maayos na pamilya na may gabay nina Mama at Papa, sya naman ay lumaki na incomplete ang pamilya.

He lost his father at age 9. Bata pa lang siya, alam na niya ang bigat ng responsibilidad. Bilang panganay, naging instant "tatay" siya sa dalawang nakababatang kapatid. Mula high school pa lang, nagtatrabaho na siya, side jobs dito, raket doon, para may maipantustos sa pang-araw-araw. Batak sa buhay. Sanay sa hirap. Pero hindi kailanman nagreklamo.

Working student din si House Tatay. Nung nakilala ko siya sa college, working student din siya. In fact, nagtrabaho muna siya bago nakapag-college. Nag-ipon muna bago nag-enroll. Self-supporting, madiskarte, at masipag. Kaya isang tingin ko pa lang sa kanya noon, sabi ko sa sarili ko: *"Ito yung tipo ng lalaking kahit mawalan kayo ng kuryente, kaya pa rin kayong ilawan ng diskarte."* Ang lakas ng street smart charm niya. Pero bukod sa practical, may puso rin.

Kaya kahit maraming dumaan na manliligaw sa akin before, iba talaga ang impact nya. Hindi lang siya love-at-first-sight, siya yung forever-worth-the-fight. Pero tulad ng kwento sa nakaraang chapter, nagka-baby kami bago pa ang kasal. Kaka-graduate lang niya ng college noon. Ako naman, thesis na lang ang kulang. Hindi kami financially prepared para sa isang grand wedding. Actually, hindi kami financially prepared in all aspects.

And so, kasama ang guidance ng aming mga magulang, we decided: *"Itigil ang sosyal na kasal. Dun tayo sa practical. Dun tayo sa kasalang bayan."* Instead of spending sa gowns, food, and party, at ipangutang pa namin, we decided na maging praktikal. Ang iba, baka manghinayang. Narinig ko pa nga yung tita ko "once lang ikakasal, dapat bongga na" Kung may budget, why not, di ba? Pero wag na natin ipilit kung wala talaga. Kaya yun ang ginawa namin.

Sa araw ng kasalang bayan na 'yun, kahit sabayang *"I Do"* lang at iisang backdrop lang para sa lahat ng couples, alam ko sa puso ko na genuine ang bawat salitang binitiwan namin sa isa't isa. Pero honestly, despite the confidence we have with our love, sympre nandun pa rin yung takot sa mga "unknowns". Pero with our parents' guidance and with God's blessing, yung simpleng kasal naging punong-puno ng paninindigan.

Looking back, choosing a simple wedding was truly one of the wisest decisions we've made as a couple. Sa panahon ngayon, let's admit it. Ang laki ng pressure na dapat ang kasal ay Instagram-worthy. May drone shots, floral arches, ten outfit changes, at fireworks pa minsan. Kailangan daw "dream wedding."

And we get it. Iba-iba tayo ng pangarap. For some, ang bonggang kasal ang simula ng "happily ever after." And that's beautiful too. I also dreamt of a wedding like that. Pero ganun talaga sa buhay. Minsan hindi porket gusto mo ay tama. Wala nga kaming pera, bakit ko pa ipipilit di ba?

May mga nagsabi sa amin, "Baka dapat magsama muna kayo, then ipon para sa bonggang kasal." Walang mali dun, lalo na kung yun ang napagkasunduan nyo. Pero sa amin ni House Tatay, we knew na kung paghahandaan man namin ang buhay mag-asawa, mas okay na unahin ang commitment, hindi ang celebration.

Sa totoo lang, may mga kakilala rin kami na nagsimulang magsama hoping na susunod ang kasal... kaso ayun, hindi na nasundan. Hindi dahil sa kulang ang pagmamahalan, pero dahil sa dami ng bayarin, responsibilidad, at mga abalang dumarating, ang kasal ay nauurong nang nauurong, hanggang sa tuluyan nang mawala sa plano.

Kaya nung dumating ang opportunity para sa Kasalang Bayan, kahit walang bridal car, no entourage, at wala kaming suot na designer na damit, GO kami. Kasi ang sa amin, hindi "dream wedding" ang habol. Actually aminado nga kami na nagkasala kami when I became pregnant before marriage. Kaya gusto talaga namin makabawi big-time. Nadapa na, panahon na para bumangon. This time gusto naming, kahit hindi bongga, basta may blessings from God ang union namin. Isa rin ito sa pinapasalamat ko sa guidance ni Mama, sya talaga ang nag pukpok sa kukote naming at sa puso namin to ask for God's blessing and to be with us through this simple wedding ceremony.

At para kay House Tatay, sabi nya ito rin ang perpektong kasal. Kasi galing din siya sa isang simpleng pamilya. Lumaki siya sa hirap, pero pinalaki siya ng maayos at may takot sa Diyos. Hindi siya sanay sa engrande, pero sanay siya sa totoo. Yung tipong hindi niya kailangan ng spotlight para maging masaya, basta kasama ang pamilya, sapat na. Kaya ang simple at taos-pusong kasalang iyon, sa gitna ng maraming mag-asawang sabay nagsumpaan sa harap ng Diyos at ng batas, ay higit pa sa sapat . Yun ang kasal na swak sa puso niya.

At sa totoo lang, yun din ang swak sa akin. Walang fireworks. Walang violin sa background. Walang luxury hotel. Pero may sumpaang totoo, may halakhakang maririnig hanggang ngayon, at may pagmamahalang kayang tumagal ng higit dalawampung taon , and counting.

Kaya kung tatanungin kami kung may gusto ba kaming baguhin sa naging kasal namin? Wala. Because in that very simple wedding, we chose something more lasting than trends or hashtags, we chose each other.

After ng wedding, ano na? Yan siguro tanong nyo. Ito na nga, simula na ng baliktaran ng roles! Ako si Nanay na kumakayod, siya si Tatay na naglalaba. Paano nga ba nagsimula ang **non-traditional setup** ng pamilya namin? Let's break the stigma. Sabay nating alamin.

6

Iiwan ng Lalaki at Babae ang Kanilang Magulang

Sabi sa Bible, *"Kaya't iiwan ng lalaki at babae ang kanilang mga magulang upang magsama bilang mag-asawa."* Well, sa version naming mag-asawa, iniwan ang magulang at nangupahan sa silong.

Nakitira muna kami sa isang kwarto sa bahay kasama ang mga kapatid ko at si Mama. Dahil pareho pa lang kaming fresh graduates noon at dahil na rin sa pag-aalala ng nanay ko (na certified praning para sa panganay nyang nagbuntis agad), nakitira muna kami kina Mama habang naghihintay akong manganak.

Good news, dahil kahit may baby bump na ako, naka-graduate pa rin ako! Siyempre, proud moment 'yun, naka toga akong may "extra passenger" sa tiyan. At sa mismong buwan na iyon, na-endorse na rin ako for regularization sa company kung saan ako nagta-trabaho.

Feeling ko talaga ang saya ng buhay ko noon, baby on board, diploma in hand, at employment secured! Pero habang may win sa side ko, may challenge naman sa kay House Tatay. Yung employer nya ay nawalan na ng kontrata sa government office and since casual employee lang sya, ayun, isa sya sa mga naalis.

Ayaw talaga naming makitira ng matagal kina Mama, kahit sobrang supportive at understanding sila. Hindi dahil sa kanila, napakabait nila, walang duda. Pero dahil sa dami na rin ng mga istorya naming narinig at na-witness, alam na alam naming iba pa rin 'yung magka-pamilya kayo na may sariling tahanan. Kahit gaano pa kaliit, kahit hindi pa fully furnished, basta sarili n'yong espasyo, iba ang pakiramdam.

Siguro may kinalaman din ito sa kinalakihan ko. Lumaki kasi ako sa bahay na kami lang nina Mama at Papa. Nandun din ang mga tito at tita ko sa loob ng compound, kaya may mga pinsan akong kalaro araw-araw, pero may hiwalay pa rin kaming bahay. May boundaries. May privacy. Si Lolo at Lola naman sa side ni Papa, hindi namin ka-household. Dinadalaw lang namin sila o kaya sila ang pumapasyal sa amin. Sa Espanya sila (Espanya sa Manila, linawin lang natin).

Baka dun din galing ang pananaw ko na kapag nag-asawa ka, dapat may sariling bahay. Hindi dahil ayaw ko sa mga byenan, kundi para may chance kayong mag-grow bilang mag-partner, walang ibang pressure o dynamics ng extended family. Noong nagsisimula pa lang kami ni House Tatay, wala kaming choice kundi makisilong muna kina Mama. At kahit wala silang ipinaparamdam na pabigat kami, alam ko sa puso ko na hindi madali para kay House Tatay ang sitwasyon.

Naalala ko pa yung mga silent sacrifices niya. Yung tipong kahit bagong kasal kami, hindi sya pwedeng mag-relax lang buong araw. Nawalan siya ng work, buntis ako, at siya ang naiiwan sa bahay. Kaya every single day, maaga siyang gumigising para makatulong kina Mama, mag-walis, magsaing, magbantay ng niluluto. At dahil "nakikisama" lang, lagi siyang naka-tiptoe, careful sa bawat kilos para walang masabing iba.

Pag nagkaka-kwentuhan kami ngayon tungkol sa panahong 'yon, natatawa na lang kami. Pero alam ko, hindi biro 'yung pinagdaanan niya. Hindi siya nagreklamo, pero alam ko, he was carrying the weight of wanting to provide, pero mailap talaga ang work opportunities sa kanya noon. He was adjusting, sacrificing, and loving in silence.

Kaya nang dumating ang chance, hindi na kami nagdalawang-isip. Nag save kami ng paunti-unti para may pang downpayment sa renta. Naghanap kami ng maliit na space, isang studio-type room na may lutuan sa gilid. Walang aircon, electric fan lang. Lumang kurtina lang ang divider ng kama at lababo. Pero guess what? Para sa amin, iyon ang dream home. Dahil sa wakas, may sarili kaming lungga. May sarili kaming kaldero. May sarili kaming mundo. At si House Tatay? Siya ang nag-set up ng lahat, from cooking area to laundry spot. Inayos niya ang munting espasyo namin na parang kastilyo. At dun, unti-unting nabuo ang tahanan naming dalawa.

Maaga pa lang, sinabi na sa amin ni Mama :*"Anak, hindi ko na kaya mag-alaga ng baby. May edad na ako at marami na akong iniinda sa katawan."* At naiintindihan namin 'yon. Kaya noong dumating ang time na nanganak na ako, kami lang talagang mag-asawa ang aasahan sa pag-aalaga sa aming anak. Kung hindi sana nawalan ng trabaho si husband noon, baka kumuha kami ng yaya. Pero dahil wala nga siyang trabaho at ako ang may stable income, we needed to talk seriously.

Hindi ito simpleng "bahala na si Batman" na desisyon. Nagdasal kami. Nag-isip. Nagplano. And then we decided: Ako muna ang magta-trabaho full time, habang sya ang mag-aalaga sa baby. At ayun na nga. Si husband na ang naging full-time na **House Tatay**.Nagpalit kami ng "traditional" roles.

Siya ang nagaalaga kay baby, nagpapalit ng diaper, nagpapatulog, nagluluto ng lugaw, naglalaba ng lampin, nagpapakain gamit ang kutsaritang may "vroom-vroom" sound effect. Ako naman, si Working Nanay, nasa office, naka-blouse at slacks, humaharap sa reports, kliyente, at deadlines.

Pero di pa doon nagtatapos...***Surprise! Baby #2!*** Akala namin isa lang ang magiging star ng munting lungga namin. Pero boom! Buntis na naman ako. Oh di ba hindi halata na love namin ang isa't isa (in other words, mahaharot hahaha). At dahil may baby na nga sa bahay, tapos ayan, may baby ulit, lalo nang natali sa pagiging House Tatay si husband ko. Wala nang free hands, kasi dalawa na ang anak na kailangang bantayan. Ako naman, tuloy-tuloy pa rin sa trabaho. At sa biyaya ni God, na-promote din ako to supervisory position. Uy, dagdag ka-ching-ka ching, pang tustos sa mga tabaching-ching na chikiting.

Looking back, masasabi na lang talaga namin na sa awa at grasya lang talaga ni God kami naka-survive. Hindi madali ang one-income household lalo na sa growing family. Nandyan yung na maxed out namin ang credit cards dahil sa pangtustos sa renta, sa gatas, sa diaper.

Pero dahil sa love at commitment namin sa aming covenant with God, at sa pamilya naming, tiniis namin lahat ng challenges, at humawak sa prinsipyo naming: *"Hindi kailangan ng traditional setup para maging maayos ang pamilya. Kailangan lang ng pag-uunawaan at paninindigan."*

Pero subalit datapwat, sa sana'y masaya namin pamilya, sa ganitong kakaibang family dynamics, hindi talaga maiwasan na... "Ano? Yung asawa mo sa bahay lang?" "Eh hindi ba dapat lalaki ang nagpo-provide?" "Buti payag si Mister na ikaw ang nagtatrabaho?" "Naku, baka mawalan ng amor propio yan!"

"Hindi ba parang under ka sa asawa mo?" Mga tanong na may kasamang judgment. Ibang klase 'di ba? "Eh di kayo na ang perfect! Tse!" (peace po tayo!)

Pero hindi namin naintindihan noon, na ang pagsagot namin sa mga tanong na 'yon hindi kailangan ng paliwanag sa lahat ng oras. Minsan, buhay namin na mismo ang sagot. Oo, binali namin ang mga STIGMA. Sa traditional na pananaw ng maraming Pinoy, "dapat si lalaki ang provider" at "si babae ang taga-alaga." Pero sa kwento namin ni House Tatay, baliktad. At ayos lang 'yon, dahil we found strength in the unlikely. Habang ako ang frontliner sa opisina, si House Tatay ang hero sa bahay. Habang ako ang breadwinner, siya ang soul-keeper ng pamilya. Ang dami naming natutunan sa ganitong setup:

- Na ang pagiging **house tatay ay hindi kahinaan.**
- Na ang **Working Nanay ay hindi paurong na babae,** kundi isang matapang na ina na kayang humarap sa mundo.
- Na ang pamilya ay hindi dapat ikahon sa lumang tradisyon lang.
- Na ang tunay na pag-asenso ay hindi lang sa sweldo, nasa puso ng pamilya.

At kung ngayon pa lang, medyo natatauhan ka, o napaisip, o napangiti... aba, tara! Mas marami pa tayong babanggain na stigma sa mga susunod na kabanata.

Tara sa next Chapter, pag usapan natin yang mga Stigmatized Statements. At sabay nating i-challenge ang mga lumang panini-wala na wala nang lugar sa makabagong pamilya.

7

STIGMA na Nakakaloka

Hindi naging madali para sa amin na kumawala sa pagtataka at madalas, panghuhusga ng ibang tao tungkol sa kakaibang setup ng aming pamilya. To be fair, hindi namin sila masisisi. Sa kultura kasi ng mga Pinoy, bihira talaga ang ganitong arrangement.

Kahit sa panahong ito na "empowered women" na raw, at gender roles daw ay unti-unti nang nabubura, marami pa ring hindi makaintindi sa ganitong klase ng setup. Iba pa rin ang default ng lipunan pagdating sa papel ng babae at lalaki sa pamilya. Magandang balikan kung saan nga ba nag-ugat ang mga ganitong paniniwala, para mas maintindihan natin bakit may stigma pa rin hanggang ngayon.

Ang Ugat ng Tradisyunal na Setup

Noong unang panahon, bago pa ang Industrial Revolution, bago pa ang mga makinarya, opisina, at pabrika, ang mga pamilya ay nabubuhay sa "family-based economy." Lahat ng miyembro ng pamilya ay parte ng kabuhayan nila. Kung magsasaka si Tatay, kasama si Nanay at ang mga anak sa pagtatanim, pag-aani, at pagbebenta ng ani. Kung panday si Lolo, manang-mana ang anak sa kanyang craft. Doon nabuo ang tinatawag na ***cottage industry***, kung saan ang bahay ang opisina, at ang pamilya ang buong workforce. Wala masyadong gender roles noon, basta lahat, nagtutulungan.

Pero nang dumating ang industrialization, unti-unting nagbago ang dynamics. Mas malaki ang kita sa trabaho sa pabrika kaysa sa sariling hanapbuhay. So, lumabas na ng bahay ang mga lalaki para magtrabaho, habang naiwan si Nanay bilang taga-alaga ng bahay at bata.

At lalo pa itong tumibay during World War II, kung saan napilitang magtrabaho ang kababaihan dahil ang mga lalaki ay nagpunta sa giyera. Pagkatapos ng war, naging tanggap na ang dual-income families. Then came the Women's Liberation movement, na nagturo sa kababaihan na pwede silang mag-decide para sa sarili nila, including divorcing husbands and raising children on their own.

So, from a societal standpoint, may mga "acceptable" exceptions sa traditional roles: either parehong nagtatrabaho ang mag-asawa, or nagtatrabaho si misis kasi single mom siya. Pero napaka-rare pa rin noong mga House Tatay.

Kaya nga nung pinili namin ni Padir ang ganitong setup, Working Nanay ako, House Tatay siya, aba'y parang lumalaban kami sa buong history ng humanity! Kaya hindi nakakapagtaka kung bakit ang daming STIGMA. Yes, all caps.

At para mas madali nating himayin ang mga hamon na yan, gamitin natin ang acronym na: **S.T.I.G.M.A.**

S - Social Constructs at Standards na Napaka-Demanding

Alam mo 'yung feeling na kahit wala kang ginagawang masama, parang may mali pa rin sa paningin ng iba? Ganyan na ganyan ang pakiramdam ng maraming pamilya na may non-traditional setup, gaya ng sa amin. Hindi lang basta "nakakagulat" sa karamihan, kundi parang may kasamang hinala at judgment.

Nasa kultura na kasi natin ang ideya ng "dapat". Dapat si lalaki ang nagtatrabaho, dapat si babae ang nasa bahay, dapat si Tatay ang haligi ng tahanan, at si Nanay ang ilaw ng tahanan. Pero bakit, kapag si Tatay ang nasa bahay, mali na agad?

May isang instance pa nga, habang nasa isang gathering kami, may nagtanong kay House Tatay, "Anong work mo?" At nang sagutin niyang "Bantay-bata pre!" pinaliwanag nya na siya ang full-time sa bahay, bigla na lang sumagot ng, "Ah, so under ka ni misis?" Sabay halakhak.

Gusto kong sabunutan yung panot na yon, akala mo may ambag sa buhay namin kung maka alipusta. Grabe no? Automatic ang assumption na kapag hindi nagtatrabaho si lalaki, siya ay "under". Hindi ba pwedeng mas pipiliin lang ng isang ama na i-prioritize ang pamilya, lalo na kung mas practical at beneficial ito para sa lahat?

Yung mga ganyang komentaryo ay hindi lang nakakainsulto; nakakaapekto rin sa self-worth ng mga tatay natin. At hindi lang yan isang kwento, madalas 'yan mangyari. Ang societal standards natin ay parang invisible checklist. Kung hindi ka tugma, lagot ka sa chika ng mga kapitbahay, sa side comments ng ka-opisina, o minsan, mismong kamag-anak pa.

Pero kailangan natin itong baguhin. Hindi ibig sabihin na kapag ang Tatay ay nasa bahay, ay nawalan na siya ng halaga. In fact, it takes real courage and emotional maturity para piliin ang path na hindi pasok sa stereotype. It takes strength to step away from pride and embrace a role that's often unrecognized but equally valuable. Mas matapang ang mga house tatay. Ibang tapang ang taglay nila.

T - Trabaho o Pamilya? Pumili Ka Raw?

Isa pa sa mga common na stigma ay ang assumption na kapag ikaw ay babae at may anak na, dapat isantabi mo na ang career mo. At kung pinili mong mag-trabaho, automatically ay "bad parent" ka na raw. As if hindi mo kayang pagsabayin ang dalawa.

Eto ang hindi alam ng karamihan: hindi laging about "pumili ka lang ng isa." Minsan, kailangan mong gawan ng paraan para mag work 'yung parehong mundo ng trabaho at pamilya.

Nung nagdesisyon kaming mag-asawa kung sino ang magtatrabaho at sino ang maiiwan sa bahay, hindi ito naging madali. Walang manual sa ganitong setup, lalo na kung parehong parents ay may pangarap, may skills, at may ambisyon. Pero sa totoo lang, ang nag-trigger sa desisyon namin ay ang reality, wala kaming maasahang yaya, walang lola na available, at mas stable ang career ko nung panahong yun.

Hindi talaga madali ang mag-balanse ng trabaho at pagiging magulang lalo na kung pareho kayong full-time.

Nasubukan din namin 'yan. Dumating yung time na may nag-open ng canteen manager position for night shift, at dahil may experience si House Tatay sa service industry, natanggap kagad siya. Pinili niya ang night shift, syempre, para may kasama ang mga bata sa araw habang ako ay nasa opisina. So ang naging sistema: pag-uwi niya sa umaga galing trabaho, siya naman ang mag-aalaga sa mga anak. Tapos ako naman, paalis na papasok sa office. Pag-uwi ko sa hapon, literal na sasalubong na sa akin ang mga bata para naman siya ang maka-idlip ng ilang oras bago pumasok sa trabaho.

Parang relay race ang buhay naming noon. Walang baton, pero may pasahan ng bata sa pintuan. At first, akala namin kakayanin. Akala namin extra income = better life. Pero hindi pala. HINDI PARA SA AMIN.

Nadagdagan nga ang kita, pero ang kapalit? Kulang sa tulog, mainit ang ulo, halos wala nang oras mag-usap ng maayos, lalong-lalo na, wala nang quality time sa mga anak. Imbes na magmahalan, parang palagi na lang kami nag-aaway. Minsan hindi na dahil sa mga issue, kundi dahil lang pareho kaming pagod.

Naabot namin 'yung tipping point namin. "Hindi na 'to sustainable." Kaya napagdesisyunan naming mag-try kumuha ng kasambahay para matulungan kami. Pero hindi kami parehong panatag na iwan sa ibang tao ang mga anak namin, lalo na't maliliit pa sila noon. At eto ang nakakatawa pero totoo, mas nakaipon pa yata si Yaya kaysa sa amin! Ang gastos ng may kasambahay, transportation, pang-grocery, and so on, nawala rin yung supposed "extra income" for our family. So we sat down again, prayed about it, and talked seriously.

Ang tanong namin sa isa't isa: Ano ba talaga ang pinaka-importante sa atin? Comfort? Cash? Convenience? O yung peace of mind, well-being ng pamilya, at quality presence sa mga anak namin? Dun namin na-realize na ang una naming setup, si Tatay sa bahay, si Nanay sa opisina, ay hindi lang praktikal, mas aligned sa values namin.

Yes, hindi ito "standard." Yes, maraming nagtataas ng kilay. Yes na feel namin na parang kasalanan na gusto naming pumili ng setup na mas bagay sa dynamics namin bilang mag-asawa. Pero ang hindi nila alam...mas nahanap namin ang work-life balance sa ganitong paraan. Hindi perfect. Hindi fancy. Pero mas peaceful, mas buo, mas masaya. At ang pinaka-importante, mas present kami sa isa't isa at bilang mga magulang.

Trabaho o Pamilya? Pinili naming mag-adjust, kaysa ipilit ang "ideal" na hindi naman fit sa amin. Kasi sa huli natutunan namin na hindi sweldo ang sukatan ng tagumpay ng pamilya, kundi yung kapayapaan sa bahay, at yung klase ng pagmamahalan na hindi nalulunod sa pagod at pressure ng mundo.

I - Insecurity at Isolation

Ito na siguro ang isa sa pinakamabigat na epekto ng stigma, yung unti-unti kang kinakain ng self-doubt. Kahit ginagawa mo naman ang lahat ng best mo, mapapaisip ka pa rin: "Enough ba ako?" "Masama ba akong magulang?" "Napabayaan ko na ba ang anak ko?"

As Working Nanay, grabe rin ang internal battle. Every time na hindi ko nasusubaybayan ang assignments ng anak ko, o kapag hindi ako nakakarating sa school events nila, parang may bumubulong sa akin na: "You're not doing enough."

Minsan nga, may pagkakataon pa na birthday ko mismo pero nasa clinic kami kasi may lagnat ang mga bata. Puyat ako, pagod, at lutang na sa stress. Itong si House Tatay may takot yata sa mga doctor kaya hinatid lang ako sa clinic pero nung time na kakausapin na kami ng doctor, iniwan ba naman ako mag-isa. Tinanong ako ng doctor: "kailan nagsimula ang lagnat" "pareho ba sila may lagnat?" "ano ang temperature ng pinaka mataas na lagnat?"

Si Doc parang nagmamadali eh. Hindi ako makasagot ng direkta kasi nga sabog na ang utak ko sa puyat at pagod. "Ah eh Doc, pasensya na po, hindi ko po matandaan." Sumagot si doc, "Ikaw ang nanay di ba? Hindi mo alam? Sigurado ka bang nanay ka nila?" Grabe 'di ba? Parang isang tanong lang, wasak ang buong pagkatao mo. Pero hindi lang ako ang nakakaramdam nito. Si House Tatay din.

Ang daming beses na nag-struggle din ang husband ko sa identity niya bilang house tatay. I personally believe na mas grabe kasi ang guilt tripping sa mga househusbands who are breaking the social norm, kaya they usually feel insecure, kasi feeling nila they have less to contribute to the family, especially in terms of finances. In a study, nasabi na kahit dumarami nang mga tatay ang mga "Stay at Home Fathers", nararamdaman pa rin nila that they are left out and constantly misjudged ng iba, kaya ang taas ng level ng insecurity nila.

Nung minsan nga nalaman kong may usapan na bonding ang mga barkada ni House Tatay. Eh wala naman akong pasok sa trabaho noon kaya ako mismo ang nag-encourage sa kanya na sumama, para maka bonding ang mga barkada nya. Pero tumanggi sya at sabi nya na di na lang sya pupunta. I can feel na may wall na rin syang binuo to protect yung sarili nya, dahil nga sa bugbog ng society natin sa mga kagaya nya, kahit di sya magsalita, na feel ko yun. Buti na lang hindi katulad ng ibang tao na mapanghusga ang mga dabarkads nya, kaya imbes na mag kita kita sila sa labas, eh sila na lang ang pumunta sa bahay at doon nag bonding para ma-feel din sa husband ko na may support system sya.

Grabe talaga ang epekto ng stigma sa insecurities. 'Pag hindi ito agad na-address, pwedeng mauwi sa vicious cycle of guilt. 'Yung tipong paulit-ulit mong kinukwestyon ang sarili mo. Mas nai-isolate ka, mas tumitindi ang insecurities mo, at sa pinaka-worst case? Pati relasyon mo, naaapektuhan na.

Kaya sobrang mahalaga ang support system. Hindi lang mula sa partner mo, kundi mula rin sa mga taong marunong makinig, hindi agad nanghuhusga, at marunong magtanong ng walang halong duda o pressure. Minsan, isang simple pero sincere na "Kamusta ka?" lang ang kailangan mo para maramdamang hindi ka nag-iisa. At kapag naramdaman mong may nakakaunawa sa pinagdadaanan mo, mas nagkakaroon ka ng tapang na harapin ang araw-araw, stigma man 'yan o self-doubt.

G - Girl Power vs Toxic Masculinity

Sa panahon ngayon, empowered na ang maraming kababaihan. Marami na tayong naririnig na "Babae, kaya mo 'yan!" or "Boss Babe!" Pero ang tanong, habang umaakyat ba ang mga babae, ay sinusuportahan din ba natin ang mga lalaking kumakawala sa toxic expectations?

May mga nagsasabi pa rin ng, "Aba, lakas ng misis mo ah!" na para bang insulto sa asawa ko. Hindi ba pwedeng i-celebrate na pareho kaming strong sa kanya-kanyang role?

Sabi ko naman sainyo hindi kami perfect. May mga weaknesses din kami. Nagkaroon din ng time na na question namin kung tama ba yung setup namin. Kami mismo ang nagduda. Nung nag start akong ma-promote sa work, hindi ko agad napansin na parang nadadala ko na rin ang pagiging boss sa bahay. Kung makapag utos ako sa bahay, pang-office. Yung tono ko, pang-meeting. Hanggang sa dumating ang point na nasigawan ako ni House Tatay, hindi lang dahil parang walang siyang respeto, kundi dahil napuno na rin siya. "Hoy, hindi mo ako staff ha! Wala ka na sa opisina."

Dito ko na-realize na, habang sinusuportahan niya ako sa career ko, dapat ako rin, dapat hindi ko kinakalimutan ang role niya sa bahay. Kung tutuusin mas mahirap nga yung nasa bahay. Dapat sa relasyon mag-asawa walang bilangan. Dapat pantay ang respeto at pagmamahal. Hindi pwedeng babae lang ang empowered; kailangan i-recognize din natin ang masculinity na hindi machismo. Yung masculinity na nurturing, supportive, at matatag kahit sa loob ng bahay.

Hindi mo kailangang "mabawasan" para lang "madagdagan" ang asawa mo mo. Magkaiba lang ang roles, pero pareho kayong mahalaga. And I learned this the hard-way.

M - Money Matters and Misconceptions

Walang kasing-init pag-usapan ang pera. Pero mas lalo 'tong kumukulo kapag sa setup n'yo ay katulad ng sa amin, si Nanay ang may trabaho at si Tatay ang nasa bahay.

Ito ang isa sa pinakamatinding stigma na hinarap (at hanggang ngayon ay hinaharap pa rin) ng pamilya namin: "Aba, si babae ang naghahanapbuhay, si lalaki chill lang sa bahay? Hindi ba't baliktad 'yan?"

Pag si Tatay ang provider, normal. Pag si Nanay, biglang may judgment: "Palamunin ba 'yan?" "Hindi ba siya naiilang na babae ang bumubuhay sa pamilya?" "E di parang wala nang silbi si mister?" Nakakapanlumo, 'di ba? So degrading ng pagkatao. Kinahon tayo sa kung anong ambag natin. At yung ambag ay dapat may halaga sa pera.

Sa totoo lang, pera ang isa sa mga pangunahing dahilan kung bakit pinupuna ng ibang tao ang ganitong setup. Hindi nila matanggap na may mga pamilya na pinipili ang "baligtad" na roles hindi dahil tamad si Tatay, kundi dahil ito ang pinaka-praktikal, pinaka-matibay, at pinaka-akma para sa pangangailangan ng buong pamilya.

Real Talk: hindi sa lahat ng pagkakataon, si Tatay ang may kakayahang kumita. Marami tayong mga OFW na kababayan na mga nanay na piniling mag trabaho sa abroad at si tatay ang nasa bahay nag-aalaga sa pamilya. Kaya hindi rin ibig sabihin na dahil si Nanay ang may trabaho, ay siya na lang ang may "boses" sa relasyon.

Naalala ko tuloy, nanonood ako ng isang Netflix documentary series about money management. Sa isang episode, mag-asawa ang guest. Na intrigue ako kasi pareho rin ng setup namin: working wife, stay-at-home husband. Pero yung simple interview biglang nag-escalate, naging dramatic marital fight on camera.

Apparently, si mister walang access sa pera. Hindi niya alam saan napupunta ang budget, at parang wala siyang boses sa household decisions. Ang sakit panoorin. Kasi dun mo makikita na hindi lang pera ang issue, kundi trust, communication, at respeto.

Kami ni House Tatay, dumaan din sa ganyang tension. Noong una, ako ang humahawak ng budget. Ako tigabayad. At pag kulang, which is madalas, mangungutang. Until lumobo ang utang namin. Hindi ko na kaya pa dalhin, dun lang ako nagsabi sa husband ko. Nagulat sya at nagalit. Kung naging open daw ako mas maiintindihan nya at mas nakagawa sya ng paraan. Kasi nga naman sya naman talaga ang may alam ng mga need, hindi want, sa bahay. Kaya noon nung naging open ako kay husband sa paycheck ko, nakita kong mas madiskarte si House Tatay pagdating sa pera, sa totoo lang, mas magaling pa siyang mag-budget kaysa sa akin! Kaya sa kanya ko ipinasa ang responsibilidad.

And let me tell you, every peso was tracked, every promo was hunted, and every palengke suki was memorized. Pero kahit ganyan ka-effort si House Tatay, may ilang tao pa ring napapaside eye. Ang hindi nila alam, hindi ito tungkol sa ego. Hindi ito tungkol sa pride. Ito ay tungkol sa partnership. At higit sa lahat, pamilya. Kinukulang pa rin kami ngayon, may utang pa rin kami, pero ngayon, at least hindi "utang ko", kundi "utang namin" na. At kahit gipit, lagi na lang kami talaga aasa na God will provide. And buhay na buhay talaga ito sa amin, may biglaang raket, may surprise bonus, may love gift na minsan bininigay ni God sa mga channels of love nya papunta sa amin. Tunay na nasa Dyos ang awa, nasa tao ang gawa.

Mahalaga ang pera, oo. Pero mas mahalaga kung paano pinapahalagahan ang isa't isa, regardless kung sino ang may sweldo. May mga araw na hindi pera ang problema, kundi ang pressure ng comparison. May mga magulang na nasisira ang relasyon, hindi dahil sa kakulangan ng income, kundi dahil sa kakulangan ng respeto.

Sa setup namin, malinaw: walang palamunin, walang mas mataas, walang mas mababa. Kung sino ang may sweldo, may ambag. Kung sino ang nag-aalaga, may ambag. Parehong mahalaga. Isa pa, ag kinikita ko ay hindi "pera ko." Ito ay "pera natin." Pera ng pamilya.

A - Atensyon at Aksyon: Hindi Puwedeng Kalahati Lang

Last but definitely not the least, ang A ay para sa "Atensyon at Aksyon." Kasi sa totoo lang, hindi sapat na tanggap mo ang ganitong setup. Hindi pwedeng "okay lang" or "bahala na." Dapat may intentional effort. Dapat may presensyang totoo, hindi pakitang-tao lang. Dahil sa mata ng iba, pag Working Nanay ka, "wala kang time sa anak mo." At pag House Tatay ka, "wala kang ambisyon sa buhay." Naku po, isang pagkakamali lang, at parang validated na agad ang panghuhusga ng lipunan. Ganun kabilis ang hatol.

Isang beses, naranasan na namin 'yan. May big school event pala ang anak namin, may malupitang costume, may props, may potluck snack. Pero dahil hindi ako kasama sa "mommy group chat" sa school (eh kasi nga wala naman akong masyadong kakilala), nalagpasan kami sa announcement. Si House Tatay naman, hindi rin ma-chika sa mga fellow parents. 'Yung style niya, sundo si anak, bitbit bag, diretso na sa tindahan, bili ng biscuit o ice cream, uwi na. Walang echos. Walang tsismis.

So ayun, hindi namin alam na may event pala. Last minute, si House Tatay ang nag-ayos ng costume gamit ang kung anong materials na meron sa bahay. Siya rin ang bumili ng snack contribution sa kalapit na sari-sari store. Nagawan ng paraan, pero ramdam namin, hindi 'yun yung best. Na guilty din ako, kasi hindi ako nakapag pa-alam for a leave of absences nung araw na yun para ma witness ko yung performance ng anak ko. Kasi nga hindi ko alam.

At grabe 'yung guilt. Kasi ang dating sa iba, Nanay na pabaya. Tatay na walang silbi. Super sakit. Pero ganyan talaga kung gaano kababaw ang basehan ng ibang tao. Possible na perception lang namin yun at hindi yun talaga ang mean ng mga tao, pero again, stigma pa rin sya sa ganitong type ng family dynamics. Kung ganito ang setup ng family, parang kaylangan 200% ang bigay mong atensyon at action sa family nyo dahil nakamasid ang mga judgerist na tao.

Kasi sa ganitong setup, wala kang pwedeng ikampante. Kailangan mo ng atensyon sa detalye at aksyong may puso. Hindi ito passive role. Hindi ito bahala-na-bukas mindset. Ang pagiging Working Nanay at House Tatay ay hindi one-time big-time decision. Ito ay araw-araw na pagpili. Pagpiling magkaisa sa gitna ng panghuhusga. Pagpiling maging present, kahit pagod. Pagpiling maging mas intentional, lalo na kapag pakiramdam mo eh invisible ka sa "mainstream parenting model."

Kaya sa lahat ng pamilyang katulad namin, ito ang lang ang masasabi namin: Kung hindi niyo man mapantayan ang "standard" ng ibang pamilya sa mata ng lipunan, siguraduhin niyo lang na tugma kayo sa pangarap niyo bilang mag-asawa. Kasi sa dulo, hindi naman nakasulat sa diploma ng anak mo kung "perfect parent" ka. Pero ramdam ng anak mo kung present parent ka. And that matters more than any potluck, costume, or chismis sa gate.

At ayan ladies and gentlemen ang mga ***S.T.I.G.M.A.*** na parang multo kung kumapit sa mga pamilyang piniling lumihis sa nakasanayan. Pero kahit gaano pa ka-lakas ang boses ng lipunan, mas pinili pa rin naming pakinggan ang mas mahalaga, ang boses ng aming pamilya, ang boses ng pagmamahal, respeto, at pagkakaunawaan. Hindi madali, oo. Minsan masakit, kadalasan nakakapagod. Pero kung ang kapalit naman nito ay isang pamilyang buo, masaya, at totoo sa sarili, aba'y worth it lahat ng pintas, hirit, at mga judgment ng iba.

Kung pareho rin kayo ng pinagdadaanan, kapit lang. Hindi kayo nag-iisa. Marami tayo. Dumarami tayo. At sa bawat kwentong gaya ng sa amin, unti-unti nating binabasag ang stigma at pinapalitan ito ng pag-unawa at pagtanggap.

Ngayong alam na natin ang mga hamon ng stigma, sa susunod na kabanata pag-usapan naman natin kung paano nga ba natin mapapalakas ang isang relasyon sa gitna ng lahat ng pressure, sa trabaho, sa pamilya, at sa expectations ng lipunan.

Tara, simulan na natin ang pagbuo ng mas matibay at mas makabuluhang partnership sa **Kabanata 8**.

8

To Love Your Wife and Respect Your Husband

Ngayon na mas malinaw na sa atin ang mga stigma at challenges ng isang non-traditional family setup, katulad ng sa amin na si Nanay ang working at si Tatay ang full-time sa bahay. Mahalaga ngayon na tanungin natin: *"Okay ba ito kay Lord?"*

Kasi to be honest, kahit malakas ang loob mo sa mga judgment ng ibang tao, iba pa rin yung peace of mind kapag alam mong aligned ka sa design ni God para sa pamilya.

Isang Kasunduan na Tatlo ang Parties

Noong ikinasal kami, alam naming na hindi lang naman kami ang naging "kami." It wasn't just a legal contract, it was a spiritual covenant. Ibig sabihin, si God ang sentro ng commitment namin sa isa't isa. Sabi nga sa Ecclesiastes 4:12: "A cord of three strands is not easily broken."

Kaya kahit pa minsan parang ang dami naming pinagdadaanang bagyo, pressures, judgments, burnout, yung panghahawakan namin ay yung promise na hindi kami natitinag. Kasi we knew, si God ang anchor namin.

"Eh paano na yung design ni God?"

Pero hindi mawawala yung tanong ng ilan:

"Diba dapat ang lalaki ang provider?"

"Diba sabi sa Bible, ang babae ay magpasakop sa asawa?"

"Ang Proverbs 31 woman nga nasa bahay at mahusay mag-alaga ng pamilya, eh bakit ikaw nagtatrabaho?"

Tara, pag-usapan natin 'yan, isa-isa, dahan-dahan, gamit ang mga biblical principles and wisdom. Pero bago ang lahat, gusto ko lang ilatag ng malinaw ulit: **hindi kami perfect couple**. Malayo kami doon. We are just two imperfect people na araw-araw pinipiling magpasakop sa kapangyarihan ng isang perfect and loving God.

Kung may mga prinsipyo kaming na-apply, kung may mga aral kaming natutunan sa journey namin bilang Working Nanay at House Tatay, lahat 'yon ay bunga ng grasya ng Diyos, hindi galing sa amin. What we'll share with you in this section is not a formula, hindi rin shortcut to a "perfect family," but fruits of God's wisdom and grace, hard-earned through mistakes, prayers, and daily surrender. We're not here to preach from a pedestal, but to walk with you, habang sabay tayong naghahanap ng paraan para mag-glorify si Lord sa kahit anong family setup meron tayo.

1. Sino ba dapat ang "provider"?

Laging tanong 'yan, 'di ba? "Sino ba dapat ang nagpo-provide sa pamilya?" At madalas, ang unang sagot: "Eh 'di si lalaki, syempre!"

Kasi nga, may mga Bible verses na parang nagse-set ng ganitong expectation. Ttulad ng 1 Timothy 5:8 na nagsasabing: *"Anyone who does not provide for their relatives, and especially for their own household, has denied the faith and is worse than an unbeliever."*

Pero kung babasahin at uunawain nating mabuti ang konteksto ng verse na 'to, hindi lang ito para sa mga lalaki. Hindi ito gender-specific command. Ang paalala dito ay para sa lahat ng miyembro ng pamilya, lalaki man o babae, na obligasyon natin na tumulong at huwag pabayaan ang isa't isa.

Kaya sa setup namin, malinaw: ako si Working Nanay, ako ang provider in the economic sense. Ako ang nagtatrabaho sa labas, kumikita para sa tuition, groceries, bills, at iba pang pangangailangan. Pero, subalit, datapwat, hindi ibig sabihin na dahil ako ang may paycheck, ako lang ang "nagpo-provide." Kaming dalawa ni House Tatay ay parehong providers, in our own unique ways.

Si House Tatay, kahit wala siyang sweldo, nagbibigay siya ng oras, pag-aaruga, disiplina, emotional presence, at spiritual guidance sa bahay. Siya ang gumigising nang maaga para mag-asikaso sa mga bata, naghahanda ng pagkain, nagtuturo ng good manners, at nagiging unang teacher, coach, and friend ng mga anak namin sa araw-araw. Feeling ko nga ako ay isang "Disney Princess" sa sobrang asikaso nya.

Our kids are providers too, believe it or not. They provide us with love, joy, hope, balance, pride at marami pang iba. Lahat nang ito ang nagpapatatag din sa aming mag-asawa.

Kaya kung tanungin mo ulit:"Sino ba ang provider sa pamilya ninyo?" Ang sagot namin: Kami pareho. Ako ang economic provider. Siya ang home provider. At pareho 'yang valid. Dahil pareho kaming may role na mahalaga, at may bigat na papel sa pamilya. Again, being a provider for family ay hindi palakasan ng sahod, hindi paramihan ng ambag, kundi partnership. Walang mas mataas, walang mas mababa.

Pareho kaming nagbibigay, pareho kaming nagmamahal. Dahil sa totoo lang, hindi lang pera ang sukatan ng pagiging provider. Minsan, ang pinakamatinding "provision" ay yung pagiging present.

2. "Wife, submit to your husband", what does this really mean?

Naku, eternal debate na ito, lalo na sa usaping mag-asawa! Lalo na sa mga feminist circles, mainit na issue ang Ephesians 5:22: "Wives, submit to your husbands as to the Lord." At dito pa lang, maraming kilay na ang nagtataas, maraming reaksyon na agad.

"Ako na nga nagta-trabaho, ako pa inutusan nyo na magpasakop sa asawa ko? Anong klaseng utos yan!" Possible ito rin ang hanash ng mga working moms na tulad ko, based on experience, nung mga early days namin sa ganitong setup. Until kinatok ako ng Holy Spirit and put some sense into my perspective. Tapos binasa ko yung verse before this controversial verse. Kasi ang verse

21 (oo, yung isang linya lang bago 'yan) ay nagsasabing: "Submit to one another out of reverence for Christ."

Ayan, Boom! Before sinabi na "wives, submit," ang paalala muna ay "submit to one another." Ibig sabihin, ang buong context ng marriage ay hindi dictatorship, hindi power play, kundi mutual submission pagsasaklolohan, pagdadamayan, at pagmamahalan.

Ang wife ay magpapasakop sa husband not because she's lesser, but because that's part of a loving structure designed by God. Pero hindi exempted ang husband, ha! Actually, mas mabigat pa ang call sa kanya.

Sa Ephesians 5:25, nakasulat: "Husbands, love your wives, just as Christ loved the church and gave himself up for her." Imagine mo na lang kung paano minahal ni Christ ang church. Hindi lang basta sweet love. Ito yung sacrificial, servant-hearted, self-giving love. Yung willing ibigay ang buhay. Literal.

Kaya kung titingnan mo, hindi ito about hierarchy. This is about humble service to one another with a love that submits not out of control, but out of care.

So, paano ito sa setup namin? Ako si Working Nanay. Ako ang lumalabas, nagtatrabaho, Pero hindi ibig sabihin ako na ang "leader" ng pamilya. We made it clear sa family naming that my husband, si House Tatay, is still the head of our home. "Boss" nga tawag namin madalas sa kanya. "Boss, patimpla naman ng kape (wink wink wink)" pag maglalambing ako sa kanya. Pag may major decisions, we talk it out. Pero sa dulo, I respect his final call.

Not because I can't lead. But because submission is not weakness, it's wisdom.

And even if ako yung nasa labas, bringing in the paycheck, I always work with his respect and dignity in mind. Hindi ito pagbibigay ng korona sa lalaki para maghari-harian. Ito ay pagbigay ng respeto sa isa't isa dahil pareho kaming may role, may purpose, at may value sa mata ng Diyos.

So if you're asking: "Sino ba dapat masunod?" Ang sagot namin, si God dapat ang masunod. Kaya dapat pareho kaming makinig, magbigay-daan, at magmahal nang may pagpapakumbaba, dahil yun ang utos ni God.

Sa dulo, it's not about who's louder or earning more. It's about reflecting on: "Did I love more deeply? Did I sacrifice more sincerely? Was I faithful in serving just like how Jesus loved?"

If you will ask us, will you submit to your husband or to your wife? Our answer is Yes. Because submission means devotion, cooperation, mission, intention, connection, and compassion, if we are serious in our promise to glorify God with our marriage.

3. "But the Proverbs 31 woman stays at home, diba?"

Ay, isa na naman 'to sa mga banat na madalas marinig kapag iba ang setup ng pamilya mo. For years, the Proverbs 31 woman has been lifted as the "ideal wife." Alam mo 'yun—maalaga sa bahay, magaling magluto, maayos mag-budget, super organized, walang bahid ng pagod kahit naglalaba, naglilinis, at nag-aalaga ng anak all at once. Kaya ang naging assumption ng marami: Pambahay lang dapat si Proverbs 31 woman.

But let's take a closer look. Sabi nga sa Proverbs 31:16-18: "She considers a field and buys it; out of her earnings she plants a vineyard... She sees that her trading is profitable." Hala, negosyante rin pala si Ate Girl! Hindi lang siya domestic queen, businesswoman din siya! She's not just folding clothes or making gourmet baon (although, props kung ginagawa mo rin 'yan). She's investing, trading, making financial decisions, and building wealth—not just for herself, but for her family. Imagine mo, meron siyang sariling kita at strategy kung paano ito palalaguin.

Ibig sabihin, ang Proverbs 31 woman ay hindi lang taga-bantay ng bahay. She is wise, resourceful, strategic, and empowered. She's everywhere she's needed. Minsan sa kusina. Minsan sa palengke. Minsan sa negosyo. Minsan sa labas, making decisions and contributing actively.

So kapag sinabing "Dapat nasa bahay lang ang babae," parang hindi naman yata aligned 'yan sa kabuuan ng Proverbs 31, diba? Hindi naman siguro siya confined sa apat na sulok ng bahay. She's defined by her purpose, not by her place. At sa case ng katulad sa amin, hindi rin siya sa title nakabase. Ako si Working Nanay, ako ang lumalabas, nagta-trabaho, nagdadala ng income para sa pamilya. Si House Tatay naman ang nag-go-grocery, nagluluto, naglalaba, at higit sa lahat, siya ang constant na gabay sa mga anak namin habang wala ako. Di ba parehong Proverbs 31 vibes yun?

4. Masama ba ang non-traditional roles sa marriage?

Naku, ako pa talaga tinanong nyo! Natually, sympre for us, since this setup is perfect for us, ang sagot namin ay "Hindi." Kasi ang measure ng isang godly marriage ay hindi lang about conforming to the "traditional setup" kundi kung paano nyo pinapakita ang pagmamahal ni Christ sa isa't isa.

If our roles, kahit unconventional, help us to love, respect, serve, and uplift each other. And we believer, *ito ang mas mahalaga sa mata ni God.*

Tandaan natin, ang mga "traditional roles" ng lalaki at babae ay nabuo sa specific historical and cultural contexts, hindi sila palaging moral absolutes. Hindi porket kakaiba ang setup mo, ay against God ka na, as long as we live and follow His commands.

5. Love and Respect Dapat Unconditional

Balik tayo sa Ephesians 5:33: "However, each one of you also must love his wife as he loves himself, and the wife must respect her husband."

Walang kondisyon. Hindi sinabing, "Love your wife *kung maganda siya kumilos*" or "Respect your husband *kung malaki sahod niya.*" Hindi. This command stands regardless of your roles, setup, o income. Kaya ako, I try to make sure na si husband ko ay laging nire-respeto. I don't boss him around just because mas malaki ang kinikita ko. I make lambing kung may gusto ako ipakisuyo.

Pero aminin ko, this is my weakness, kasi nga na wire na yung brain ko to solve, kaya minsan pati sa bahay, I make decision na minsan out si House Tatay. Pero pagnagkakamali babali lang ulit papunta sa tama. Kaya, I consult him. I praise his hard work. I give him space to lead. And in return, ramdam ko rin how much he loves me. Sinasalo niya lahat ng stress ko sa trabaho. Binibigyan niya ako ng space to dream and grow. He doesn't compete with me; he completes me. And I believe this is the perfect definition of marriage.

So, pasok ba kami sa design ni God?

Oo naman. I hope and pray, na oo naman. Our marriage might not look like the "standard" you were taught growing up. Pero if God is the center of your relationship, if you love and respect one another, if you raise your children with integrity and faith, *that is a godly marriage.*

Whether si Tatay ang nagtatrabaho or si Nanay ang lumalabas ng bahay, ang importante ay kung paano ninyo pinapakita ang pagmamahalan, respeto, at pag-asa sa isa't isa.

So to you reading this, if you're also navigating this kind of setup, don't be discouraged. Hindi ka "less than" or "rebellious" sa mata ng Diyos. You are walking in love, in wisdom, and in courage.

And as we continue our story, in the next chapter, I'll share how we learned to apply this "Love and Respect" principle the *hard way* but with a heart full of hope.

9

K.A.S.A.L. ang Sagot

As of this writing, more than 20 years na kaming mag-asawa ni House Tatay. Grabe no? Parang kailan lang, bagong kasal pa kami, ngayon, dalawang dekada na ang lumipas. Minsan nga kapag nagkukulitan kami, biro namin sa isa't isa: "Uy, more than 20 years na tayong nalolokohan!" sabay tawa, kilig at kurutan. (uy harut nyo!)

Pero seryoso, habang sinusulat ko itong book na 'to, mas lalo kong na-appreciate ang marriage namin. Ang dami naming pinagdaanan, pero ang tanong: paano namin na-survive? Anong sikreto?

Simple lang.

Wala na kaming pake sa sasabihin ng ibang tao. Ang mahalaga, we focus on how to respect, love, and support each other every single day. And when I looked back at our journey, may lima kaming natutunan na gusto kong i-share sa inyo. Let's use the word **K.A.S.A.L.** para madali nating maalala.

K – Katabi, Kakampi

Noong bata pa tayo, ang mga kwento sa TV o libro laging may "Prince Charming saves the day." Tapos ang babae, laging tagasuporta lang. Laging nasa likod ng lalaki. Kaya nga may kasabihang: "Behind every successful man is a woman." Pero teka, parang may mali. Bakit kailangan laging nasa likod?

Sa totoo lang, hindi dapat "behind," kundi **"beside."** Kasi ang mag-asawa, hindi dapat magka-kalaban. Dapat **kakampi.** Hindi nag-uunahan, kundi nagtutulungan.

Sa Bible pa lang, makikita mo na yan. Remember when God created Eve? Kinuha siya mula sa tadyang ni Adan. Sa tagiliran. Hindi sa ulo, para mangibabaw. Hindi sa paa, para tapakan. Kundi sa tagiliran, para sabayan at mahalin. Ayiii!!! Ang sweet talaga ng design ni God para sa mag-asawa no?

Sabi nga ni Matthew Henry: *"The woman was made out of the side of man... to be equal with him, under his arm to be protected, and near his heart to be beloved."* So kung mag-asawa kayo ngayon, tanungin mo sarili mo: "Tingin ko pa ba sa asawa ko ay kakampi ko?" Kasi kung oo, dapat kahit sino pa ang kalaban sa labas, sa bahay nyo, dapat kampihan kayo. Hindi laging sumbatan, kundi sabayan. Hindi "Ako ang bida," kundi "Tayo ang magka-team."

A – Ang Ulo at ang Korona

"Takusa!" "Andres de Saya!" Naku, ilan na ba sa inyo ang narinig na yan pag ang lalaki ang nasa bahay? Tapos kapag babae ang breadwinner, ang tawag sa kanya "Kumander." Parang siya na ang boss sa lahat. Pero alam mo, ang pagiging mag-asawa ay hindi naman competition. Hindi dahil kumikita ang babae ay siya na ang mas mataas. Hindi rin dahil nasa bahay ang lalaki, ay siya na ang mas mababa.

Sabi nga sa Ephesians 5:23, "The husband is the head of the wife." Hindi ito para magmalaki. It's a responsibility. Isang panawagan na mag-lead na may pagmamahal, hindi mayabang. Akala kasi ng karamihan na pag sinabing "submit" or magpasakop, ibig sabihin you will surrender all your logic and be manipulated ignorantly. Hindi nila alam, na when you submit you are protected, your are taken care of. Mga wives, kargo tayo ng asawa natin, kasi sa kanila tayo hinabilin ni God di ba? Kaya let's strive to RESPECT them in anyway possible.

Pero may mga iba pa rin na sasabihin "Oh edi sige si husband na ang head, pero ang wife ang neck nagpapaikot ng ulo" Aru ginoo talaga! Kaganda na ng sabi ni God eh, lagi natin binabali kaya tayo napapahamak.

Ito, oh look, sabi sa Proverbs 12:4, "A good wife is a crown to her husband." Crown, mas maganda pa pala kesa sa pagiging "neck" yung design ni God if you will follow His command to be a good wife. Like a crown on a king's head, it signifies to everybody that they should honor and respect this man.

Naku ang modern culture, instead na "crown" ang hinahanap ay "trophy wife". What does it mean to be a crown on the head of my husband? Simple lang, are you treating your husband with respect, or dahil nga "empowered" woman ka, lagi mo minamaliit ang asawa mo?

Kasi tingnan natin ulit yung karugtong ng verse kanina: Proverbs 12:4 "An excellent wife is the crown of her husband, BUT she who shames him is as rottenness in his bones." Nyaks! Naku po kung hindi daw ikaw ang korona, aba'y ikaw daw ang CANCER sa buhay ng asawa mo. Grabe naman itong comparison na ito. Masakit pero totoo. And it goes both ways sa mag-asawa.

So kung ikaw ang wife, tanungin mo sarili mo: "Ako ba ay korona sa ulo ng asawa ko?" Ibig sabihin, proud ba siya na ako ang asawa niya? Or baka ako yung tinik na nagbibigay ng sakit ng ulo sa kaniya?

At kung ikaw naman ang husband: "Ginagawa ko ba ang role ko to protect, provide, and lead with love?" Hindi dahil boss ka, kundi dahil you are responsible.

Sa marriage, walang boss. Meron lang **mutual honor.** Igalang ang isa't isa. Wala dapat pataasan, kundi dapat mas matibay ang pagdamayan.

S – Sahod at Biyaya

Okay, usapang pera na naman! Alam nating lahat — isa ito sa pinaka-sensitive na topic sa isang relasyon, lalo na sa mag-asawa. At kung non-traditional pa ang setup niyong dalawa, tulad ng amin, mas mainit-init ang usapan. Kapag si misis ang kumikita, ang tanong agad: "So siya na ba ang boss ng pera?" Kapag si mister naman ay nasa bahay full-time, may ilang mga tanong din na masakit pakinggan:"Eh ano bang ambag niya?" Pero teka lang — hindi lang pera ang sukatan ng pagiging provider.

Ang pagpo-provide ay hindi lang tungkol sa sahod, ATM, o payslip. It's also about providing time, presence, wisdom, emotional stability, and spiritual leadership. In our case, ako si Working Nanay, ako ang may trabaho sa labas. Pero si House Tatay, siya ang full-time sa bahay: siya ang taga-grocery, tagapagluto, tagapagalaga, tagapagturo ng good manners and right conduct sa kids, at madalas pa, siya ang una naming prayer warrior sa bahay. Full-time job din 'yan, mga besh!

Kaya sa setup namin, malinaw, dapat Partnership, hindi power struggle. Pinipili naming i-honor ang isa't isa. Kaya kahit ako ang may sweldo, binibigyan ko si House Tatay ng allowance, hindi dahil "sweldo" siya, kundi dahil gusto kong iparamdam sa kanya na he is seen, valued, and trusted.

At eto pa, mas magaling pa siya mag-budget kaysa sa akin! Kaya nga ngayon, ako na ang nagpapasa ng remittance sa kanya. Minsan nga yung allowance niya, siya rin ang bumibili ng kulang sa bahay. Ganun siya ka-invested. Kaya I've learned na ang "sahod" ay hindi lang para sa nagtatrabaho sa labas , dapat meron din para sa nagtatrabaho sa loob.

Balikan natin yung verse sa Bible na madalas gamitin sa topic na 'to: 1 Timothy 5:8 "Anyone who does not provide for their relatives, and especially for their own household, has denied the faith and is worse than an unbeliever." Ang powerful 'di ba? Pero take note, this wasn't written just for husbands, it's for every believer. Lahat tayo may tungkulin to contribute , whether through income, care, wisdom, or time.

Kaya sa mga tulad kong Working Nanay, tanong: napaparamdam mo ba kay House Tatay na siya rin ay "provider" sa pamilya? Hindi naman kailangan ng limpak-limpak na allowance. Kahit simpleng halaga para sa personal needs nila o pang Shopee man lang, 'di ba? At syempre, kung may bonus si Working Nanay, aba, may bonus din dapat si House Tatay! Kung may gastos sa bahay, hahaha, sympre hati rin kami.

Naalala ko pa nung bagong kasal pa lang kami, honest confession, nagtataguan kami ng sahod. Ayaw namin i-share, feeling namin, "pera ko 'to, pinaghirapan ko 'to." Pero in the end, sino ang nahirapan? Ang pamilya. Eventually, we humbled ourselves and realized that blessings come when there is openness. Nung naging transparent kami sa finances, sweldo, utang, plano, goals mas lumuwag, hindi sa budget hehehe, pero mas lumuwag sa peace of mind at mas luminaw ang direction ng pamilya.

Hindi naging madali. Lalo na kung isang source lang ang income. Yung mga Judith (a.k.a. due dates), sunod-sunod. Pero nga dahil tag team kami, hindi ganun kabigat ang pasan. Naalala ko, may times na kulang na kulang ang budget, tapos biglang may raket si House Tatay. Or may biglang magbayad ng matagal nang utang. O kaya may blessing na di namin in-expect. Praise God!

Kaya naniwala kami na kapag open ang communication sa mag-asawa, mas nagiging open din ang langit sa pagbibigay. Pero ito rin ang importante, dapat isama si God sa budget niyo. Dapat may parte ang para sa Kanya, whether through church giving, helping others, or serving with your talents and time. Because marriage itself is a channel of God's blessings.

At kung hindi natin hahayaang dumaloy ang biyaya sa loob ng pamilya dahil sa pride, kontrol, o takot , eh baka maputol yung daloy na iyon. Tsk tsk tsk! So wag nating pigilan ang kapareha natin na maging daluyan din ng grasya.Magtrabaho man siya sa opisina o sa bahay, pareho kayong may ambag. Pareho kayong ginagamit ni Lord.

Sahod o biyaya, pera man o panalangin, groceries man o guidance lahat 'yan, mahalaga. Kaya wag nating maliitin ang ambag ng isa't isa. Tag team, 'di ba? Wag mong gawing "solo flight." Mas masarap kaya yung tagumpay kapag sabay niyong nilakad ang sakripisyo.

A – Aruga at Alalay

Alam mo yung linya ni Sharon Cuneta sa pelikulang *Madrasta*? "I was never your partner. I'm just your wife." Ay naku, I-google nyo na lang ulit. Pero seriously, ang sakit no na marinig mo yan sa asawa mo. Pero maraming ganyang sitwasyon. May mga asawa na tinitingnan lang ang partner nila bilang tagaluto, tagalaba, tagasalo ng problema pero hindi katuwang at asawa.

Marriage is a partnership. Hindi lang sya "I love you" or "Happy anniversary". It's about giving care and support. A**ruga at alalay.**

I remember sa relationship namin ni House tatay, may mga panahong hindi kami pantay. Ako ang laging bida, siya tahimik lang. Hanggang sa narealize ko, hindi na ako partner, boss na ako.

Kaya tinuruan ko ang sarili ko na umayos ng nararapat. To be gentle. To listen. At si House Tatay rin, marunong mag-alalay. Alam nyo yung favorite part ng day ko after work. Yung pagbukas ko ng gate, nakatayo na kagad si House Tatay sa pintuan ng bahay para salubungin ako ng yakap. Awwww! Kilig!

Actually hindi kilig eh, mas malalim na emotion pa. Yung feeling mo na kaya mo na ibaba yung armor mo at magpa bebe na. May mga araw na pagod ako galing work, sasalubungin niya ako ng pagkain, tapos tanong lang niya, "Sino nagpagalit sa'yo?" Hay, parang biglang gumaan ang mundo ko.

That's partnership. Di lang kasama sa saya, kundi katuwang sa lungkot. Tapos kapag nag sumbong ka nga minsan dahil may nagpainit ng ulo mo sa work, after mo mag sumbong pati sya galit na dun sa tao na nagpainit ng ulo mo. Tapos ikaw na yung magpapakalma sa kanya hahahaha! "Loko yun ah, lika balikan natin, inaaway nyo Mama ko ah!"

Kung dati nong bata tayo at may kaaway sasabihin natin "isusumbong ko kayo sa tatay ko" ngayon na may asawa na ako pag may ka-away ako "binubulong ko na lang, isusumbong ko kayo sa asawa ko." Hindi naman kami gaganti pero yung malaman mo lang na may kakampi ka, sarap lang sa feeling di ba?

Kaya kung may asawa ka ngayon, tanungin mo sarili mo: "Nararamdaman ba ng partner ko na may kasama siya?" Kasi kung hindi, baka nagiging "Just your wife" or "Just your husband" ka na lang.

Aanhin mo nga naman ang relasyon kung puro tagasalo ka lang ng problema, pero walang partnership? Ang hirap kapag ang mag-asawa ay salungat sa layunin, sablay sa support system, at sabay sa bahay pero magkaibang mundo. Pero kung tutuusin, nung nagsisimula pa lang ang relasyon ninyo, 'di ba CHEMISTRY ang unang pumatok?

Nag-jive kayo sa trip, sa kalokohan, sa mga pa-cute. Tapos habang tumatagal, na-realize nyo na may COMPATIBILITY rin kayo sa values, dreams, goals sa buhay. Pero pag nagkakaedad na, dumarating ang mga pagsubok. At para magtagumpay, hindi pwedeng pareho kayong mayabang, pareho kayong bida, pareho kayong gusto ay ikaw ang tama.

Pero hindi pa rin buo kung walang complementing. Kailangan nyong i-COMPLEMENT ang isa't isa, kung saan mahina ang isa, doon papasok ang lakas ng isa. At kung may mga araw na hindi 100% ang partner mo, whether pagod, drained, o emotionally down, dapat ikaw muna ang babawi. Ikaw ang sasalo. Ganun talaga ang partnership.

Sabi nga sa Bible, "And the two shall become one." - Mark 10:8. Hindi ibig sabihin nito na mawawala ang pagkatao mo, kundi magiging isa kayong unit, isang team, isang katawan na kumikilos, lumalaban, at nagmamahalan nang buo.

At yan, mga kaibigan, ang tunay na essence ng marriage. Hindi lang ito legal contract.Hindi lang ito party na may bouquet toss. This is an agreement. A commitment. A covenant.Ng dalawang taong handang umalalay, umaruga, at magmahal, kahit hindi madali. Kaya kahit may hirap. Kahit may sakripisyo. Solid dapat ang mag-asawa. Kasi sa dulo, hindi lang ikaw, hindi lang siya...kundi kayo. Kayong dalawa. Isa. Pak ganern!

L – Layunin na Dakila

"Marriage is just a piece of paper." Ha? Ano daw ulit?! Tama ba yung narinig ko? Hinanap ko talaga sa social media yung interview nung sikat na teen star na ngayon ay isa nang young dad. Ang tanong kasi, may plano ba siyang pakasalan yung nanay ng anak niya. At ang sagot niya? Boom. "Marriage is just a piece of paper." �

Aminin natin, madalas na itong marinig ngayon, lalo na sa mga kabataan. At sa totoo lang, hindi ko sila masisisi. Most of them were raised in broken homes, unstable relationships, or "live-in" setups that didn't end well. Kaya ang perception nila sa kasal, eh parang dagdag-gastos lang, o parang legal drama lang na pwedeng iwasan.

Pero eto ang tanong: Kung papel lang 'yan, eh, bakit ang daming takot pumirma? Kasi deep inside, alam natin na hindi lang ito tungkol sa papel. Hindi rin ito tungkol sa singsing, sa Instagrammable na prenup shoot, o sa bonggang wedding celebration. Dahil ang tunay na kasal ay hindi kontrata. Ito ay covenant. Isang pangakong habang-buhay, hindi lang sa isa't isa, Hindi lang sa'yong pamilya at mga anak. Dahil ito ay sagradong kasunduan na kasama si God. Mabigat na pangako yan.

Balikan natin ang Genesis. Nang nakita ni God na mag-isa si Adam, sabi Niya, "It is not good for man to be alone." Kaya binigyan siya ng ka-partner. Oh hindi bilang katulong ha, kundi bilang katuwang. Kasamang mag-alaga ng Garden. Kasamang tumupad ng layunin. Sa umpisa palang , God designed marriage with a divine purpose. It's not just about being "in love", it's about having shared purpose.

May napanood akong interview with Dr. John Delony, isang marriage expert and counselor, at sabi niya, "85% of affairs start in the workplace." Grabe 'no? Bakit nga ba? Kasi sa workplace, may shared goals, may shared challenges, may shared victories. Doon kasi natin minsan nahanap yung sense of mission, yung excitement, yung teamwork.

Pero alam mo ba, na dapat sa marriage natin yun nararamdaman? Dapat si asawa ang unang ka-team, ka-collab, at ka-vision mo sa buhay. Kung puro career lang ang pinag-uusapan at wala nang shared mission as husband and wife, madaling matukso ang isa sa inyo to find connection elsewhere. That's why it's not enough na magkasama lang kayo sa bahay. You need to intentionally stay connected with shared purpose.

Kaya pag may sinabing project si House Tatay, example may gusto syang i-repair sa sasakyan or sa bahay, joint force kami doon. Ito nga recently, as of the time of this writing, ka-ka graduate ko pa lang ng MBA. Alam ni House Tatay kung bakit gusto ko makatapos ng MBA kahit matanda na at established na naman ang career ko. Grabe ang support sya sa akin, pag nagpupuyat ako para sa thesis ko, nakikipuyat din sya sa akin kahit nasa gilid lang sya at nanood ng tiktok, habang ako hilong-hilo na sa mga research papers ko. Yung simpleng "Ma, kape?" tapos may sabay masahe sa balikat, aguy! Kaya nung grumaduate ako, hindi lang para sa akin ang diploma, kasama ko don si House Tatay.

Sa amin ni House Tatay, we believe that marriage is not just about building a happy home, it's about glorifying God together. Yung shared purpose na you will grow old as healthy as we can, being good parents to our children and being happy together, para mapakita namin through our marriage that God really is with us.

Kung paano kami magpatawad, magbigay, magpakumbaba, mag-alaga, at magmahal. Lahat ng ito ay dapat reflection ng pag-mamahal ni Lord sa atin. Kaya sa mga araw na pagod na kami, sa mga panahong parang nagsasawa na o naiirita sa isa't isa (yes, normal yan!), lagi naming binabalikan yung tanong na ito: "Para saan ba tayo magkasama?"

Kung ang sagot ay "para sa mga anak natin" or "para makapag-patayo ng bahay," okay naman 'yun. Pero bitin. Mas matibay kung ang sagot ay: "Para sa sumpaan namin with Lord." "Para maging living example ng pagmamahal Niya." "Para sa layuning higit pa sa amin."

Dahil ang kasal, kapag itinayo sa layunin ng Diyos, hindi basta-basta matitinag. Hindi lang ito "paperwork"ito'y partnership with a purpose.

Final Thought:

Sa dulo ng lahat, hindi madali ang kasal. Pero posible itong maging masaya, matatag, at makabuluhan. Especially kung pareho kayong committed maging:

- Katabi at kakampi

- Ulo at korona ng isa't isa
- Magkasama sa sahod at biyaya
- Magkaalalay sa aruga at pagmamahalan
- At may layuning dakila, hindi lang para sa sarili, kundi para sa Diyos.

K.A.S.A.L. ang sagot. Hindi ito perfect, pero isa itong sacred na partnership na kayang magtagumpay basta't may respeto, pagmamahal, at pananampalataya.

10

THE END IS JUST THE BEGINNING

Uy, grabe ka. Nakarating ka hanggang dulo. Hindi ka bumitaw. Sa bawat kwento, sa bawat kapalpakan, tagumpay, luha, at tawa, nandyan ka. Kaya bago ang lahat... maraming, maraming salamat.

Salamat sa pagbasa. Salamat sa pakikinig. At higit sa lahat, salamat sa pag-unawa.

Hindi madali ang sumalungat sa agos ng mundo. Hindi biro ang maging Working Nanay o House Tatay. Lalo na kapag yung mundo na sinasabing "be empowered" ay siya ring mundo na manghuhusga pag hindi ka pumasok sa norms na sila rin ang gumawa. Medyo pa-double standard, 'di ba? Pero kahit maraming mata ang nakatingin at maraming bibig ang mabilis maghusga, pinili pa rin naming manindigan sa buhay na tinawag sa amin ni Lord.

Tapos na ang librong ito, pero hindi pa tapos ang kwento ng pamilya namin. Actually, feel namin, nagsisimula pa lang kami. Marami pa kaming mga pangarap na gustong abutin.May mga plano pa rin na gustong tupari. Para sa isa't isa, para sa mga anak namin, at para sa purpose na inilaan ni Lord para sa aming pamilya.

Kung sa tanong mo kung "kompleto na ba ang buhay ninyo?" hindi pa. Pero kung tatanungin mo kung "masaya ba kayo?" oo, sobra. Pero katulad ng nasabi namin kanina, we're not a perfect couple. Far from it. But with God at the center, our imperfections become a testimony of His perfect love and faithfulness.

Kasi alam naming kahit kulang pa sa ibang bagay, we will strive na hindi magkulang sa pagmamahalan, pagrespeto, at higit sa lahat, sa faith kay God.

Kaya para sa mga katulad naming...

Kung isa kang Working Nanay, saludo ako sa'yo. Alam ko ang pagod mo. Alam ko yung struggle na lagi kang may guilt kung tama bang ipagpalit mo ang ilang oras na wala ka sa anak mo, para mabigyan siya ng magandang kinabukasan. Alam ko rin yung kaba tuwing may sakit ang anak mo pero kailangan mong pumasok pa rin sa work. Alam ko ang pressure na kailangan mong magtagumpay para hindi masayang ang lahat ng sakripisyo mo.

Kung ikaw naman ay isang House Tatay, saludo rin ako sa'yo. Hindi madali ang araw-araw na nasa bahay ka. Na parang walang makapansin sa effort mo sa paglilinis, pagluluto, pag-aalaga ng anak, at sa pagiging matibay na haligi ng pamlilya.Alam ko rin yung mga banat ng kapitbahay, kamag-anak, o kaibigan na "wala kang ginagawa" kahit araw-araw kang pagod sa gawaing bahay para mapangalagaan and to protect your family. Wala kang pake sa ego mo at sa maaring sabihin ng ibang tao sa pag pili mo sa ganitong devotion.

Bilang magkaibang uri ng magulang pero iisang layunin, ang gusto lang naman natin ay mapalaki ang mga anak na may takot sa Diyos, may pagmamahal sa kapwa, at may respeto sa sarili.

Pagkatapos mong basahin ang librong ito, sana may baon kang bago. Hindi lang bagong idea. Hindi lang bagong vocabulary (hello sa salitang House Tatay!) Hindi lang bagong perspective. Sana baon mo ang pag-asa na kahit hindi perfect ang sitwasyon mo ngayon, pwedeng-pwede pa rin yan gamitin ni God para ma-glorify Siya.

Sana baon mo rin ang lakas ng loob para ipaglaban ang pamilyang meron ka ngayon, hindi 'yung perfect family sa social media. Lakas ng loob para maging totoo, kahit iba ang format ng pamilya mo. Lakas ng loob para itigil ang pakikipag-kumpetensya at magsimulang magmahal nang mas buo, mas totoo.

At higit sa lahat, sana baon mo rin ang panalangin na gamitin ni God ang buhay nyong mag-asawa para mapadama pa sa mas maraming tao ang pagmamamahal Nya.

Muli, isang paalala. Sa dami ng mga pamilyang may iba-ibang kwento, paninindigan, at hamon, minsan mararamdaman mo talaga na mag-isa ka. Pero hindi ka nag-iisa. Hindi ka kailanman iniwan ni Lord. Naisulat namin ang librong ito bilang patunay.

Patunay na pwedeng maging masaya ang isang pamilya kahit baligtad sa tradisyon ang setup nila.Patunay na hindi lang ang lalake ang pwedeng magtaguyod. Patunay na hindi lang babae ang may karapatang mag-alaga. Patunay na walang "normal" o "standard" na pamilyang itinakda ang Diyos, ang mahalaga ay may pagmamahalan, pagrespeto, at pananampalataya.

A Short Blessing for You

As we end in this journey together through the lessons in this book, please allow us to pray for you. *(Para sa'yo, mula sa puso ng isang Working Nanay at House Tatay)*

Lord, salamat sa mambabasang ito. Alam Mo ang kanyang kwento. Alam Mo ang kanyang pagod, takot, pangarap, at mga tanong. Bigyan Mo po siya ng lakas, hindi lang para magtagumpay sa buhay, kundi para magtagumpay sa loob ng kanilang tahanan. Gawin Mong malinaw sa kanya na hindi kailangang maging "standard" ang pamilya nila. Basta't may pag-ibig, respeto, at pagkilala sa Iyo, sapat na iyon. Bless the Working Nanays, bless the House Tatays, bless the children.At sana, sa lahat ng ito, Ikaw ang mas makilala, mas maitaas, at mas mapasaya. Amen.

The Real Ending? Tapos na ang 10 chapters. Pero alam mo, feeling ko ito pa lang ang tunay na simula. Simula ng bago mong perspektibo. Simula ng mas malalim na pag-unawa. Simula ng mas intentional na pagmamahalan ninyong mag-asawa. At sana... simula ng bagong yugto sa pamilya mo, yung chapter ng buhay kung saan mas pinipili ninyong kilalanin ang Diyos at sundin ang plano Niya sa buhay ninyo.

Huwag tayong matakot na maging kakaiba. Basta't alam mong nasa tama ka, kasama mo si Lord, at nilalakad mo ang landas na may respeto at pagmamahal, hindi ka nag-iisa.

Muli, maraming salamat. Hindi namin kayo kilala isa-isa, pero mahal namin kayo. Dahil ang kwento ng bawat pamilya, simple man o komplikado, ay mahalaga.

Sa bawat Working Nanay, sa bawat House Tatay, at sa bawat anak na lumalaking may pagmamahal at pag-asa...

From our home to yours,
House Tatay and Working Nanay

www.ingramcontent.com/pod-product-compliance
Lightning Source LLC
LaVergne TN
LVHW060416051026
849518LV00007B/2568